D9900378

कॅरोल हिगिन्स क्लार्कची पोलीस इन्स्पेक्टर रेगन रैली ही नायिका आपल्याला २००७मधील 'लेस्ड' या कादंबरीनंतर तिच्या 'झॅप्ड' या अकराव्या कादंबरीत भेटते. न्यूयॉर्कमध्ये ब्लॅकआउटच्या रात्री घडलेल्या तीन वेगवेगळया प्रकरणांचा शोध घेतांना या कादंबरीची सुरुवात होते. रेगनचा नवरा जॅक एन.वाय.पी.डी (न्यूयॉर्क पोलीस डिपार्टमेंट) मेजर केस स्क्वॉडचा प्रमुख असतो. केपमधील 'वीकएंड'नंतर नवऱ्याबरोबर मॅनहॅटनमधील आपल्या घरी रात्री परतत असताना संपूर्ण शहरात ब्लॅकआउट होतो. तिच्या घरी रिनोव्हेशनचे काम चालू असते. त्या काळोखात कोणीतरी तिच्या घरात घुसतो. तो घुसखोर जाताना आपली स्टेनगन मागे विसरून गेलेला असतो. ते बघून तिला धक्का बसतो. त्याच सुमारास सोहो येथील आर्ट गॅलरीतून काही कांचशिल्प चोरीला गेलेली असतात. जॅकला त्या प्रकरणात लक्ष घालावे लागते, यात भर म्हणून आणखी एक प्रकरण उपटते. जॉर्जिना मॅथीसन ह्या मनोविकृत तरुणीचा एका सोनेरी केसांच्या तरुणाने प्रेमभंग केलेला असतो. त्याने पिसाटलेली ती तरुणी  सोनेरी केसांच्या तरुणांना आपल्या जाळ्यात पकडून डाग देत असते. तिच्या विकृतीला आणखी कोणी बळी पडण्याच्या पूर्वीच तिला पकडण्याची जबाबदारी त्या दोघांवर येऊन पडते. या कथानकात घडणाऱ्या घटनांत योगायोगांचा भाग खूप जास्त असला, तरी  हलक्या-फुलक्या रहस्यकथांच्या चाहत्यांना ही कादंबरी निश्चितच आवडेल  अशी आहे.

— **पब्लिशर्स विकली**

# झॅप्ड

मॅनहॅटनच्या ब्लॅकआउटमध्ये घडलेली रहस्यकथा

**कॅरोल हिगिन्स क्लार्क**

अनुवाद

**जयंत गुणे**

**मेहता पब्लिशिंग हाऊस**

All rights reserved. No part of this publication may be reproduced, stored in a retrieval system or transmitted, in any form or by any means, without the prior written consent of the Publisher and the licence holder. Please contact us at **Mehta Publishing House,** 1941, Madiwale Colony, Sadashiv Peth, Pune 411030.


Email : production@mehtapublishinghouse.com
author@mehtapublishinghouse.com
Website : www.mehtapublishinghouse.com


◆ *या पुस्तकातील लेखकाची मते, घटना, वर्णने ही त्या लेखकाची असून त्याच्याशी प्रकाशक सहमत असतीलच असे नाही.*

**ZAPPED** by CAROL HIGGINS CLARK


Copyright © 2008 by Carol Higgins Clark


Translated into Marathi Language by Jayant Gune

**झॅप्ड** / अनुवादित रहस्यकथा

**TBC**

अनुवाद : श्री. जयंत गुणे

मराठी अनुवादाचे व प्रकाशनाचे हक्क मेहता पब्लिशिंग हाऊस, पुणे - ३०.

प्रकाशक : सुनील अनिल मेहता, मेहता पब्लिशिंग हाऊस,
१९४१, सदाशिव पेठ, माडीवाले कॉलनी, पुणे - ४११०३०.

मुखपृष्ठ : चंद्रमोहन कुलकर्णी

प्रकाशनकाल : जुलै, २०१२ / पुनर्मुद्रण : नोव्हेंबर, २०१८

P Book ISBN 9788184984033

*प्रिय मित्र मिशेलीन आणि जॅक टूमी*
*यांस सप्रेम*

१४ जुलै, सायं. ९ वा

# १

न्यूयॉर्कच्या केनेडी एअरपोर्टच्या बॅगेज क्लेम एरीयातून बाहेर पडून टॅक्सी स्टँडकडे जाताना लॉरेन लिलीच्या तोंडावर उष्ण आणि दमट हवेचा झोत आला. त्या रात्रीचा उकाडा अगदी असह्य होता. ती खूप थकली होती. त्यात तिने घातलेल्या उंच टाचांच्या बुटांमुळे तिच्या पायांची पार वाट लागली होती. जेव्हा ती टॅक्सी स्टँडच्या जवळ आली, तेव्हा एक पिवळी टॅक्सी तिच्या पुढ्यात आली. ड्रायव्हर दार उघडून बाहेर आला.

तिच्या हातात फक्त एकच कॅरी ऑन बॅग असलेली पाहून त्याने विचारले, ''फक्त एवढंच सामान?''

''होय. एअर लाइनने माझं सामान हरवलं आहे.''

''काय करतात काय हे लोक?'' तो पुटपुटला, ''काही काळजी करू नका. या हवेत फक्त एक बेदिंग सूट असला तरी पुरे होईल. या, बसा.''

टॅक्सीत मागच्या सीटवर बसल्यावर लॉरेनने पाहिले – एसी नीट चालू होता. तिने आपले सोनसळी केस कपाळावरून मागे सारले आणि सुटकेचा नि:श्वास टाकला.

ड्रायव्हरने आरशातून तिच्याकडे पाहून तिला विचारले, ''तुम्हाला कुठे जायचंय?''

''डाऊनटाऊन मॅनहॅटन.'' तिने पत्ता सांगितला. त्यावर ड्रायव्हरने मुकाट्याने ॲक्सिलरेटर जोरात दाबला.

लॉरेनने आपल्या भल्यामोठ्या हँडबॅगमधून सेलफोन काढला. बॅगेज क्लेममधील पर्यवेक्षकापासून ते तिचा नवरा कॉनरॅडपर्यंत सर्व जण तिला धीर धरायला सांगत होते. ते ऐकून तिला अगदी वीट आला होता. त्यात तिचे नवऱ्याबरोबरचे संबंध दुरावल्यासारखे झाले होते. त्याच्यापासून दूर इंग्लंडमधील तीन महिने अगदी छान मजेत गेले होते आणि आता सत्य परिस्थितीला सामोरे जाण्याची वेळ आली होती. पी. कॉनरॅड स्प्रेकल्सने दुसऱ्या रिंगलाच फोन घेतला.

''माझं विमान उतरलंय.'' तिने त्याला सांगितले.

''आपल्या देशात परत या.'' त्याने कोरड्या आवाजात उत्तर दिले.

"त्यांनी माझं सामान हरवलंय."

"ते सामान त्याच्या मालकासारखं जगप्रवासाला गेलं असेल."

"मी काही जगप्रवासाला गेले नव्हते. मी एका महत्त्वाच्या नाटकामध्ये काम करत होते. हे नाटक माझ्या कारकिर्दीच्या दृष्टीने अतिशय महत्त्वाचं ठरणार आहे."

"इंग्लंडमधल्या एका कोपऱ्यातल्या दहा-बारा लोकसंख्येच्या क्षुल्लक खेडेगावात... त्यापेक्षा ग्रीनीचमधल्या आपल्या बेसमेंटमध्ये तुझ्या नाटकाचा प्रयोग लावला असतास तर जास्त प्रेक्षक आले असते."

"तिथे आमचा नाटकाचा प्रयोग पाहायला नाटक आणि सिनेमातली किती दिग्गज मंडळी आली होती तुला माहीत आहे का?" लॉरेनने खुलासा केला. "तुला कळणार नाही ते. तू येण्याची तसदीसुद्धा घेतली नाहीस कॉनरॅड. आपल्याला एकदा नीट बोललं पाहिजे, पण आता मी खूप थकलेय. मी पहिल्यांदा आपल्या लॉफ्टवर जाऊन झोपणार आहे. सकाळी गाडीने कनेक्टीकटला येईन."

"आता बोलण्यासारखं काही उरलं नाही." तो अगदी थंड सुरात म्हणाला, "मी घटस्फोटाचा अर्ज केलाय."

लॉरेन अवाक झाली. त्याने हे अखेरचे पाऊल उचलावे, याचा तिला धक्का बसला. आपले लग्न किती दिवस टिकेल, याची तिला खात्री नव्हती. तरीही नटी म्हणून जोपर्यंत आपण आयुष्यात स्थिर होत नाही तोपर्यंत लग्न टिकून राहिले, तर थोडाफार आधार मिळेल, अशी आशा तिला वाटत होती. आपल्या आवाजात शक्य तितका खिन्नपणा आणत ती म्हणाली, "तुला तसंच वाटत असेल...."

"मला तसंच वाटतंय."

"ओके. मी आजची रात्र त्या अपार्टमेंटमध्ये काढेन."

"तुला तसं करता येणार नाही."

"का?"

"मी ते विकून टाकलंय."

"विकलं?" लॉरेन ओरडली.

टॅक्सी ड्रायव्हरने मागे वळून एक कटाक्ष टाकला आणि परत रस्त्याकडे नजर वळवली.

आपला आवाज खाली आणत ती पुढे म्हणाली, "असं कसं केलंस?"

"गंमत आहे. माझ्यापासून विभक्त होण्याची बातमी तू अगदी सहजपणे घेतलीस, पण अपार्टमेंट गमावण्याची कल्पना मात्र...."

"तुला तसं करण्याचा हक्क नाही."

"माझा हक्क आहे. तो लॉफ्ट माझा होता. दोन वर्षांपूर्वी तू ज्या विवाहपूर्व करारावर सही केलीस, त्यात तसं स्पष्टपणे म्हटलंय." कॉनरॅड विषण्णपणे

हसला, ''त्या वेळी मला वाटायचं की, तू माझ्या पैशांपेक्षा माझ्यावरच्या प्रेमामुळे माझ्याशी लग्न करते आहेस.''

''माझं खरंच तुझ्यावर प्रेम होतं.'' लॉरेन स्वत:ला सावरून पुढे म्हणाली, ''मला म्हणायचंय की, माझं अजूनही तुझ्यावर प्रेम आहे.''

''आपल्यापेक्षा वीस वर्षांनी तरुण आणि सुंदर स्त्रीसाठी डोकं गहाण ठेवणाऱ्याची चांगलीच खोड जिरली म्हणायची. ठीक आहे. आता निस्तरलं पाहिजे. मी ते घर विकलं आहे. ज्या घरट्यात आपण आयुष्याच्या अंतापर्यंत सुखात नांदण्याची स्वप्नं रंगवली ते घर... तुला त्यातला अर्धा हिस्सा मी देणार आहे.''

लॉरेनला पार गळून गेल्यासारखे झाले.

''तू लॉफ्ट कोणाला विकली आहेस?'' तिने फणकाऱ्याने विचारले.

''आपला शेजारी जॅक रैली आणि त्याची पत्नी रेगन. तीन महिन्यांपूर्वी ते जेव्हा हनीमून संपवून परत आले तेव्हा मी त्यांना अशी ऑफर दिली की, त्यांना नाही म्हणणं कठीण झालं. मधली भिंत पाडून दोन्ही अपार्टमेंट्स जोडून एकत्र करण्याचं काम त्यांनी सुरूही केलं आहे. त्या भिंतींमध्ये आपल्याला जे सुख मिळू शकलं नाही ते त्यांना मिळेल याची मला खात्री आहे. पण एक शंका आहे. मी माझ्या सुखाविषयी बोलतोय. कदाचित माझ्या नकळत तुझा जीव त्या अपार्टमेंटमध्ये माझ्यापेक्षा जास्त रमला असेल.''

''तसं मुळीच नाही.'' लॉरेन रडकुंडीला येत म्हणाली, ''मी तिथं फक्त नाटकांच्या तालमींसाठी आणि कधीतरी योगासनं करायला जात असे. मला ते अपार्टमेंट माझ्या क्रिएटिव्ह ॲक्टिव्हिटीसाठी हवं होतं.''

''माझ्या माहितीप्रमाणे तुमच्या त्या कार्नेजी हॉलमध्ये तालमींसाठी छान जागा आहे. तिथल्या एखाद्या गेस्टरूममध्ये तू आजची रात्र काढू शकतेस. नाहीतर एखाद्या हॉटेलमध्ये जा. अर्थात तो तुझा निर्णय आहे. यापुढे तुला सगळं माझ्या वकिलामार्फत कळेल.''

त्याने फोन ठेवला.

लॉरेनचे डोके चक्रावून गेले. जॅक रैली एक पोलीस अधिकारी होता आणि त्याची पत्नी एक इन्व्हेस्टिगेटर. त्यांना जर अपार्टमेंटमधील लॉरेनने बसवून घेतलेली एक छुपी तिजोरी सापडती, तर तिची पुरती वाट लागणार होती.

'मला तिथं जायला हवं. तेसुद्धा ताबडतोब, पण हे कसं जमायचं?'

ती वेडीपिशी झाली. तिने झपाट्याने बॅगमधील पत्त्यांची वही शोधून काढली. अमेरिकेतून जाण्यापूर्वी तिने ज्या तरुणाबरोबर नाटकाची तालीम केली होती, त्याला फोन करायचे तिने ठरवले. त्याला पैशांची गरज होती हे लॉरेनला ठाऊक होते आणि योग्य किंमत मोजली की, तो मदत करायला तयार होईल, याचाही

अंदाज तिला होता. त्याचा नंबर तिने शोधला आणि फोन लावायला सुरुवात केली.

केप कॉड येथील रैली कुटुंबीयांच्या घरात तीन दिवसांची सुट्टी घालवून रेगन व जॅक रैली मॅनहॅटनच्या पश्चिमेकडील हायवेवरून परत येत होते. जॅकच्या वडिलांचा वाढदिवस साजरा करायला ते सर्व तेथे एकत्र जमले होते.

''आपण जवळजवळ पोहोचलोच आहोत.'' जॅक सुटकेचा नि:श्वास टाकत म्हणाला, ''मला वाटतं, आपण मंगळवारी निघालो असतो तर एवढी रहदारी लागली नसती. आणखी एखादा दिवस राहायला हवं होतं. या गरमीमुळे....''

''मलासुद्धा तसंच वाटतंय.'' रेगन म्हणाली. ''पण कंत्राटदार ठरल्याप्रमाणे उद्या उगवला तर आज ह्या उकाड्यात जो घाम गाळला तो सार्थकी लागेल. उद्या येतो असं त्यानं शपथेवर सांगितलंय.''

''या लफड्यात आपण उगाच पडलो, याचं तुला वाईट तर वाटत नाही ना?''

''मुळीच नाही. आपल्या बेडरूमच्या बाहेर पडलेले सामानाचे ढिगारे बघायला मला खूप आवडतात.'' रेगन हसत म्हणाली, ''माझ्या वडलांना त्यांच्या शेजाऱ्याची जागा जेव्हा मिळत होती तेव्हा त्यांनी घेतली नाही म्हणून माझी आई जन्मभर जी हळहळ करते, ती मी गेली कित्येक वर्षं ऐकतेय. आपल्याला संधी मिळतेय, ती घेतलीच पाहिजे. एकदाचं हे नूतनीकरण संपलं की, हे घर सोडावंसं आपल्याला कधीच वाटणार नाही. अर्थात आपलं डोकं फिरलं वगैरे नाही तर.''

जॅकने डोळे मोठे केले.

''तसं काही आपल्या बाबतीत होणार नाही, याची खात्री बाळग.''

पाच मिनिटांत त्याने गाडी आपल्या ब्लॉकमध्ये वळवली.

''मी सामान घेऊन तुला सोडतो आणि काहीतरी चायनीज खायला घेऊन येतो. येताना वाटेत मी ऑफिसमध्ये जाऊन महत्त्वाचे रिपोर्ट बघून येईन.''

''मस्त आहे कल्पना! तोपर्यंत आपल्याला जो नवा टेरेस मिळालाय त्यावर मी जेवणाचं टेबल लावून एक वाइनची बाटली उघडून ठेवते. टेरेसची अवस्था तशी काही ठीक नाही; पण तिथे हडसन नदीवरून येणारा वारा तरी खायला मिळेल.''

त्यांनी गाडीतील सामान लगेज-कार्टवर नेऊन ठेवले. रेगन लगेज-कार्ट वर लॉफ्टपर्यंत घेऊन आली. रेगनशी ओळख व्हायच्या दोन–एक वर्षे अगोदरच जॅकने ही सध्याची त्यांची राहती जागा घेऊन ठेवलेली होती.

अपार्टमेंटमध्ये आल्यावर रेगनने दिवे लावले. वातावरणात प्लायवूड आणि लाकडाच्या भुशाचा वास भरून राहिला होता. ती हॉलमधून त्यांच्या नव्या अपार्टमेंटमध्ये गेली आणि तिने चौफेर पाहिले.

केवढा पसारा पडला होता! रिकामे डबे, लाकडाचे तुकडे, कचरा सगळ्या गोष्टी इकडेतिकडे नुसत्या विखुरलेल्या होत्या. तो सगळा पसारा पाहिल्यावर यातून धड चांगले काही निर्माण होऊ शकेल, यावर विश्वास बसला नसता. गच्चीचा दरवाजा उघडून थोडी हवा आत आली तर बरे वाटेल म्हणून ती लिव्हिंग रूमच्या कोपऱ्यातील वर्तुळाकार जिन्याने गच्चीत जाऊ लागली.

काहीतरी आवाज आला म्हणून ती मध्येच थांबली.

'छे! काही नाही. भास झाला असेल!'

रेगनने जिन्याच्या कठड्याला पकडले आणि खिडकीतून शेजारच्या इमारतीकडे पाहिले. नेहमीचे परिचित दृश्य पाहून तिला धीर आला. ती पुढे गेली. तिने गच्चीच्या दरवाजाच्या मुठीला हात घातला आणि ती जागच्या जागी थबकली.

सर्व दिवे गेले होते.

रेगन सभोवतालच्या दाट काळोखात उभी होती. एकटी!

संपूर्ण न्यूयॉर्क शहर ब्लॅकआउटमुळे झालेल्या काळोखात बुडून गेले.

## २

'लॅरीज लाफ' हा मिडटाऊन मॅनहॅटनमधील एक छोटासा स्टँडअप कॉमेडी क्लब होता. रेगनची किट नावाची खास मैत्रीण तेथे स्टेजजवळील एका टेबलावर बसली होती. तिच्याबरोबर तिला नुकतीच भेटलेली एक तरुण मुलगी होती. त्या दोघी वेस्ट फोर्टी फोर स्ट्रीटवरील गेट्स हॉटेलमधील एका इन्शुरन्स कॉन्फरन्सला आल्या होत्या. दोन आठवड्यांपूर्वी किटच्या पायाचे ऑपरेशन झाले होते. तेव्हापासून किटला कुबड्यांचा आधार घ्यावा लागायचा. तिची दुसरी एक मैत्रीण जी ऑपरेशननंतर सतत तिच्याबरोबर असायची, ती तिच्या बाजूला बसली होती.

"अशा या कंटाळवाण्या सेमिनारनंतर काहीतरी करमणूक हवीच." कॉकटेल आणि बुफेच्या दरम्यान जॉर्जिना किटला म्हणाली होती, "इथे जवळच एक नवा कॉमेडी क्लब आहे. समारोपाचं भाषण एकदाचं आटोपलं की, आपल्याला कलटी मारायला हरकत नाही. मी एका ग्रुपला तयार केलंय. तूसुद्धा आमच्याबरोबर चल." ती डोळे मोठे करून जांभई देत म्हणाली, "कशी काय वाटली कल्पना?"

"आपल्याला टॅक्सी मिळाली आणि तिथे एसी असेल तर हरकत नाही." किट हसली. पण इतर कोणी फारसा उत्साह दाखवला नाही आणि शेवटी त्या दोघीच न्यूयॉर्कच्या नाइट लाइफची गंमत बघायला निघाल्या.

काही मिनिटांतच किटला कळून चुकले की, आपले जॉर्जिनाशी जुळण्यासारखे

नाही. त्या छोट्याशा प्रवासात जॉर्जिनाची सतत वटवट चालू होती. शिवाय आपले मुद्दे पटवून देण्यासाठी ती सारखी तिच्या हातावर चापट्या मारत होती. तिचे डोळे इलेक्ट्रिक ब्लू रंगाचे होते. तिची भिरभिरती नजर सगळ्या टॅक्सीभर फिरत होती. मध्येच ती किटकडे रोखून बघे. ती अविवाहित होती, तिला तिची नोकरी मुळीच आवडत नव्हती आणि ती धूम्रपान सोडण्याचा जोरदार प्रयत्न करत होती, एवढी माहिती किटला त्या प्रवासात मिळाली. तिचे व्यक्तिमत्त्व तसे आकर्षक होते. ती उंच होती, तिच्या ताम्रवर्णी केसात सोनेरी बटा झळकत होत्या. तिने घातलेले मॉड दागिने तिच्या काळ्या उन्हाळी ड्रेसवर उठून दिसत होते. तिने केसांच्या रंगाला शोभेल असे ब्राँझ रंगाचे नेल पॉलिश लावले होते.

कॉमेडी शो चालू होण्याची वाट बघत असताना जॉर्जिनाने तिची मार्गारीटा घटाघटा संपवली आणि ती पर्स घेऊन उठली.

"मला सिगारेटची तल्लफ आली आहे. मी पटकन बाहेर जाऊन येते. चालेल?"

"ठीक आहे." किट म्हणाली, "पण मला वाटतं ते लवकरच शो चालू करतील."

जॉर्जिना उत्तरासाठी थांबलीसुद्धा नाही. ती टेबलांच्या गर्दीतून वाट काढत केव्हाच दरवाजाजवळ जाऊन पोहोचली होती.

किटने एक सुस्कारा सोडला. 'जर ग्रुपमधल्या कोणालाही येण्यात रस नव्हता तर सरळ रूमवर जाऊन टीव्हीवर एखादा सिनेमा बघता आला असता.' तिला थकल्यासारखे वाटायला लागले. तिचा पाय दुखायला सुरुवात झाली. 'हॉटेलमध्ये जाऊन बिछान्यात आडवे पडले तर किती बरे होईल!' असे तिला वाटले. दुसऱ्या दिवशी रेगन आणि जॅक तिला भेटणार होते. मेमोरीयल डेपासून त्यांची भेट झाली नव्हती. तेव्हा ती रेगनबरोबर तिच्या आईवडिलांच्या हॅम्पटन येथील बीच हाउसवर गेली होती. तेथे त्यांच्या लग्नाचे शेकडो फोटो बघतबघत, बारीकसारीक आठवणींना उजाळा देत वेळ कसा गेला होता, ते तिला कळलेच नव्हते.

बराच वेळ गेला तरी जॉर्जिनाचा पत्ता नव्हता. किटला आश्चर्य वाटले. शेवटी एक स्पॉट लाइट रंगमंचावरून फिरू लागला आणि पाठोपाठ लाउड स्पीकरवर आवाज ऐकू आला, "लेडिज अँड जंटलमेन, कृपा करून आपले सेलफोन, पेजर, ब्लॅकबेरीज किंवा ज्याने दुसऱ्याला त्रास होईल असे जे काही तुमच्याजवळ असेल ते बंद करा. लॅरीज लाफमध्ये आपले स्वागत! न्यूजर्सीमधील पॅरामूसवरून आलेल्या मिस्टर बिली पेबलर यांचे स्वागत असो!"

एक कुरळ्या केसांचा, वीस-बावीस वर्षांचा, गोड दिसणारा तरुण स्टेजवर येताच प्रेक्षकांनी त्याचे जोरदार स्वागत केले. त्याने जीन्स, स्नीकर्स आणि काळ्या रंगाचा टी शर्ट असा वेष केला होता. त्याचा चार्म एखाद्या कोवळ्या मुलासारखा

होता. त्याचे तपकिरी रंगाचे डोळे चमकत होते आणि तो मोकळेपणाने हसत होता; पण किटला वाटले की, तो आतून जरा घाबरला असावा. 'कोण नर्व्हस असणार नाही? अशा उघड्या रंगमंचावर येऊन लोकांना विनोद सांगायला मोठी हिंम्मत लागते.'

"हाय एव्हरीबडी!" बिल म्हणाला, "गुड टू सी यू."

त्याने मायक्रोफोन स्टँडवरून काढला आणि हातात घेऊन एक पॉज घेतला.

"ए, जोक सांग ना." मागच्या सीटवरून कोणीतरी ओरडले.

"मित्रा, मला जरा बोलू देशील?" बिली हसत हसत म्हणाला, "तुम्ही कॉमिक टायमिंग म्हणजे काय ते कधी ऐकलं आहे काय?"

"तुझ्याविषयी आम्ही कधी ऐकलं नाही." तो पाठचा टारगट माणूस म्हणाला.

बिलने त्याच्याकडे दुर्लक्ष केले.

"तुम्हाला ठाऊक आहे, आज बाहेर किती उकडतं आहे! आज दुपारी मी इथल्या जवळच्या एका पबमध्ये जाऊन बार काउंटरवर थंडाव्याला बसलो होतो. मी माझ्या लॅपटॉपवर काम करत होतो. तेवढ्यात एक घोडा तिथे येऊन बसला. बारमनने त्याला विचारलं, "असा घोड्यासारखा का बसला आहेस?" "

किट आणि काही प्रेक्षक हसले. बिलीने पॉज लांबवल्यावर उरलेले सगळे हसायला लागले.

"तुम्हाला माहीत आहे, यावर घोडा काय म्हणाला असेल?" बिलीने विचारले.

"ए, मला काय करायचंय?" तो टारगट माणूस म्हणाला.

आता मात्र किट वैतागली. त्या टारगट माणसाकडे वळून ती म्हणाली, "ओ मिस्टर, गप्प बसायला काय घ्याल?"

बिलीने तिच्या दिशेने पाहून एक स्मित केले आणि म्हणाला, "तुम्हाला देवानेच आज रात्री इथं पाठवलेलं दिसतंय."

किट काही उत्तर देणार तेवढ्यात स्पॉट लाइट गेला.

"बरं झालं, देवानेच लाइट ऑफ केलेला दिसतोय." तो टारगट माणूस पाठ सोडत नव्हता.

त्या खोलीमध्ये फक्त टेबलावर लावलेल्या मेणबत्त्यांचाच काय तो मिणमिणता प्रकाश होता. पाठोपाठ एक गचका देऊन एअर कंडिशनरची घरघरही थांबली.

"ब्लॅक आउट झालेला दिसतोय." दरवाजात बसलेले कोणीतरी बारच्या दिशेने ओरडून म्हणाले.

"ब्लॅकआउट?"

"ओह नो!"

"चला. इथून सटकायला हवं."

"मला घरी जायचंय."

लोक पटापट उठले. उठताना त्यांच्या खुर्च्या एकमेकांत अडकल्या. एसी बंद झाल्यामुळे काळोख्या खोलीमध्ये उकडू लागले. वेटर ड्रिंक्सचे पैसे गोळा करत होते, तर गिऱ्हाईक दरवाजातून बाहेर पडायला धडपडत होते.

'बरं झालं मी रंगमंचाजवळ बसले ते. मी मध्ये बसले, असते तर या गडबड गोंधळात नक्कीच माझ्या पायावर कोणाचातरी पाय पडला असता. थोडा वेळ इथेच थांबू या. नशिबाने जॉर्जिना बाहेर उभी असेल तर आपल्याला एखादी टॅक्सी मिळेल.''

''कशा? ठीक आहात ना?''

किटने वळून पाहिले. कॉमेडियन बिल पेबलर तिच्याजवळ उभा होता.

''ओह, हॅलो.'' ती म्हणाली.

त्याने हसून पाहिले.

''हॅलो. माझ्या बाजूने बोलल्याबद्दल आभारी आहे.''

''तो माणूस मवाली होता.''

''मला ठाऊक होतं, पण या धंद्यात असं होतंच कधी कधी.''

''त्यात रंगमंचावर असताना ब्लॅकआउट झाल्यावर काय वाटलं?''

''पहिल्यांदा वाटलं आता बॉम्ब वगैरे पडणार की काय. अंगावर शहारे आले, पण नंतर एकदम धमाल मजा वाटायला लागली.''

''तुमचा तो पहिला विनोद चांगला होता की!'' किट हसत म्हणाली.

''तो पुस्तकातला फार जुना विनोद आहे, पण पहिला हशा वसूल करायला ठीक आहे. बरं... आपण आता इथे काय करताय?''

''मी ज्या मैत्रीणीबरोबर इथे आले ती सिगारेट ओढायला म्हणून बाहेर गेली आहे.''

''ही दुसऱ्या विनोदाची सुरुवात म्हणायची का?''

''तसं असतं तर फार बरं झालं असतं.''

ती खोली रिकामी होईपर्यंत ते दोघे बोलत होते. सर्व जण गेल्यावर रिकामपण एकदम भयाण वाटू लागले. फक्त काही मेणबत्त्या रिकाम्या टेबलांवर तेवताना दिसत होत्या.

''बघू या, तुमची मैत्रीण कुठे दिसते का?'' बिली म्हणाला.

त्याने चटकन वाटेतील खुर्च्या बाजूला केल्या आणि किटचा हात धरून तिला काळजीपूर्वक बाहेर घेऊन गेला. रस्त्यावर काळोख होता. दूरवर हॉर्न वाजत होते. वातावरणात एक ताण होता.

जॉर्जिनाचा कोठेच पत्ता नव्हता.

''मी इथे कुबड्या धरून चालतेय आणि ही कुठे गेली? तिने मला बोलवलं म्हणून मी आले. ती मला टाकून मला न सांगता अशी एकटीच

कशी निघून जाईल?''

ज्या मुलीने त्या दोघींना सीटवर बसवले ती जवळच उभी होती.

''तुम्ही ज्या मुलीबरोबर आलात तिला तुम्ही शोधताय का?''

''होय.''

''ती इथे धूम्रपान करत उभी होती. एका उंच, देखण्या आणि गोऱ्या मुलाने तिच्याकडे सिगारेट मागितली. सुंदर मुलीशी ओळख करून घेण्याचा तो एक बहाणा  असावा, असं वाटत होतं. त्यांनी थोडा वेळ गप्पा मारल्या आणि एकदम ती दोघं टॅक्सीतून निघून गेली. 'झट मंगनी पट ब्याह' असावं तसं वाटलं.''

''काय?'' किट आश्चर्याने ओरडली, ''ती खरंच मला एकटं सोडून गेली.'' किट बिलकडे बघून म्हणाली, ''मी हे आमच्या कंपनीत सांगितलं, तर तिचं नाव बदनाम होईल. पण तिचं पूर्ण नाव, टेलीफोन नंबरही माझ्याजवळ नाही. उद्या ती मला भेटू दे खरी, मग तिची चांगली खरडपट्टी काढीन.''

''मी तुम्हाला घरी सोडीन.'' बिलने विचारले, ''तुम्ही कुठे राहता?''

''हार्टफोर्ड.''

''ओह!''

''पुढचं ऐका. गेट्स हॉटेलच्या अडतिसाव्या मजल्यावर. तुम्ही एक वेळ हार्ट फोर्डपर्यंत मला सोडाल, पण अडतीस मजले एका पायावर उड्या मारत चढण्याची ताकद माझ्यामध्ये नाही. त्यापेक्षा माझी एक मैत्रीण डाऊनटाऊनमध्ये ट्रिबेकात चौथ्या मजल्यावर राहते. तिला फोन करून बघते. ती घरी असेल तर तेवढ्या उड्या मारणं मला जमेल.''

## ३

रेगनला सोडून पुढे गेल्यावर जॅक दोन मिनिटांतच वन पोलीस प्लाझा येथे जाऊन पोहोचला. ऑफिस जवळ पडणे हे ट्रिबेकामध्ये राहण्याची जागा घेण्याचे एक कारण होते. त्याची नोकरी काही नऊ ते पाच अशी नव्हती. एखादी केस आली, तर दिवस असो वा रात्र, कोणत्याही वेळी त्याला जावे लागे. जॅकची त्याला हरकत नव्हती. त्याला त्याचे काम मनापासून आवडत असे. बोस्टन कॉलेजमधून पदवी घेतल्यावर त्याने कायद्याच्या रखवालीचे काम स्वीकारले होते. न्यूयॉर्क पोलीस डिपार्टमेंटमध्ये पॅट्रोलमन म्हणून सुरुवात केल्यावर त्याला कॅप्टन म्हणून बढती मिळाली. थोड्याच वर्षांत तो मेजर केस स्क्वाडचा प्रमुख झाला. एक दिवस पोलीस कमिशनर होण्याची त्याची महत्त्वाकांक्षा होती आणि त्यात आता रेगनची

साथ मिळाल्यावर आयुष्य मार्गी लागल्यासारखे होते.

त्यांना बघून लोक म्हणत असत की, जोडा शोभून दिसतो. चौतीस वर्षांचा जॅक चांगला सहा फूट दोन इंच उंच आणि भक्कम बांध्याचा होता. भुऱ्या रंगाचे केस आणि प्रमाणबद्ध बांधा. पाच फूट सात इंच उंचीची आयरिश रक्ताची रेगन एकतीस वर्षांची होती. काळसर केस, निळे डोळे आणि नितळ वर्ण. त्यांची जोडी एकमेकांना अनुरूप होती.

"मला वाटतं आपली अनेक वर्षांची जानपहेचान आहे." तो बऱ्याच वेळा तिला म्हणायचा.

"मलासुद्धा तसंच वाटतं जॅक. खरंच. आपण एकमेकांना आवडतो. नाही का?" ती हसत हसत म्हणायची. सगळ्या गोष्टी इतक्या छान सुरळीत चालल्या होत्या की, त्याचीच त्याला चिंता वाटायची. पण रेगन नेहमी म्हणायची की, चिंता करणे हे आयरिश लोकांच्या स्वभावातच आहे. तिच्या त्या खेळकर मस्करीची त्याला आठवण झाली आणि तो गाडी पार्क करून बाहेर आला.

'बाप रे! आज पारा एकशे दहा अंशावर चढल्यासारखं वाटत असलं तरी एकूण आयुष्य किती मस्त चाललं आहे!'

तो भराभर चालत इमारतीकडे गेला. त्याने गार्डला हॅलो केले आणि तो लिफ्टने ऑफिसमध्ये गेला. बाथरूममध्ये जाऊन त्याने हात धुतले आणि चेहऱ्यावर थंड पाण्याचे सपकारे मारले. 'केप कॉड बेमधल्या पाण्याएवढं काही हे ताजेतवानं वाटत नाही.' त्या सकाळीच समुद्रकिनारी रेगन आणि तो तिथल्या थंड पाण्यात डुंबत होते, यावर त्याचा विश्वासच बसत नव्हता. परतीच्या लांब प्रवासानंतर ते ताजेतवाने करणारे समुद्रस्नान करून कित्येक वर्षे लोटली असावीत, असे वाटत होते.

बाहेरच्या रूममध्ये मेजर केस स्क्वाडचे दोन गुप्तहेर त्यांच्या फोनवर हातवारे करत मोठ्याने बोलत होते. जॅक दरवाजात येताच त्याला काहीतरी मोठे लफडे झाले असावे, असे वाटले. जो अँझोलिनोने फोनवर हात ठेवला आणि जॅकला म्हणाला, "तुम्ही आज ऑफिसमध्ये येणार नव्हता. मला वाटतं तुम्हाला चैन पडत नसणार."

"तुम्ही कशाबद्दल बोलताय?" जॅकने विचारले.

जोला आश्चर्य वाटले.

"तुम्हाला माहीत नाही?"

"काय माहीत नाही?" जॅकने उतावीळपणा न दाखवता शांतपणे विचारले.

"संपूर्ण न्यूयॉर्क शहरात ब्लॅकआउट झाला आहे. तसंच न्यूजर्सी, कनेक्टीकट आणि मिडवेस्टच्या काही भागातही झाला आहे."

"कधीपासून?"

"तीन-चार मिनिटांपूर्वी."

वन पोलीस प्लाझाचा स्वत:चा जनरेटर होता. त्यामुळे त्यांना ताबडतोब कळणे शक्य नव्हते.

''कशामुळे झाला, आपल्याला काही कल्पना आहे?'' जॅकने ताबडतोब विचारले.

''मिडवेस्टमध्ये मोठं विजेचं वादळ झालंय. ओहायोमध्ये वीज पडली आणि तिथलं विजेच्या तारांचं जाळं – ग्रिड बंद पडलं आणि त्यामुळे आजूबाजूची ग्रिड धडाधड बंद पडली. त्यातल्या त्यात एक चांगली बातमी, हा घातपाताचा किंवा दहशतवादाचा प्रकार नाही, असं कॉन एड म्हणतोय.''

''थँक गॉड!''

जॅकने सुस्कारा सोडला आणि तो लगबगीने ऑफिसमध्ये शिरला. टेरेसवर बसून शांतपणे चायनीज फूडचा आस्वाद घ्यावा, असे त्याने ठरवले होते; पण कशाचे काय! त्याने रेगनला त्याच्या घरच्या नंबरवर फोन लावला. रिंग वाजत होती, पण रेगन फोन उचलत नव्हती. पॉवर नसल्याने आन्सरिंग मशिन चालत नव्हते. फोनच्या रिंगचा आवाज त्याच्या कानात घुमत होता. त्याच्या हृदयाचा ठोका क्षणभर चुकला. त्याने रेगनचा सेल फोन लावला. तो व्हॉईस मेलवर जाईपर्यंत वाजत राहिला.

''रेगन, मी आहे. कुठे आहेस तू?'' त्याने अस्वस्थपणे विचारले, ''मला कॉल कर.'' असा निरोप ठेवून त्याने फोन ठेवला.

त्याला वाटले स्वयंपाकघरातील खणामधून विजेरी काढून ती घराबाहेर गेली असेल. तरी तिने सेल फोन घ्यायला हवा होता. त्याने पुन्हा एकदा घरचा नंबर फिरवला. पण छे!

तो चटकन बाहेरच्या खोलीमध्ये गेला.

''मी रेगनला आत्ताच घरी सोडून आलो. ती फोन उचलत नाहीये. मी जरा घरी जाऊन बघून येतो. काय करायचंय ते तुम्हाला ठाऊक आहेच. काही लागलं तर मला सेलवर फोन करा.'' असे म्हणून तो गेला.

रेगन मिट्ट काळोखात सर्वांत वरच्या पायरीवर उभी होती. रेगनच्या छातीत धडधडत होते. 'हे काय झालं? ब्लॅकआउट तर नाही? या सगळ्या कचऱ्यातून खाली जाऊन विजेरी शोधावी की सरळ गच्चीवर जावं? तिथे टेबलवर मागच्या वीकएंडमध्ये ठेवलेल्या काही मेणबत्त्या सापडतील.' गच्च्यांवर सिगारेट फुंकायला गेलेल्या कामगारांनी टेबलावर ठेवलेला लायटर पाहिल्याचे तिला आठवले. शिवाय उघड्यावर चांदण्याचा थोडासा प्रकाश असण्याची शक्यता होती.

तिने गच्चीत जाण्याचे ठरवले. तिने मूठ फिरवली आणि करकरणारा दरवाजा उघडून काळजीपूर्वक गच्चीवर पाय ठेवला. त्या क्षणी संपूर्ण न्यूयॉर्क शहर काळोखात बुडून गेले असल्याचे तिला जाणवले. तिने पश्चिमेकडे पाहिले. न्यूजर्सीतसुद्धा

काळोख होता. एरवी हडसन नदीकाठच्या झगमगणाऱ्या उंच इमारती मिट्ट काळोखात लुप्त झाल्या होत्या.

तिथे जो काही अंधूक प्रकाश होता तो तिचे डोळे अधाशासारखे टिपून घेत होते. दरवाजा बंद होऊ नये म्हणून तेथे एक लाकडी ठोकळा दाराच्या फटीत पाचर म्हणून ठेवावा लागे. तो ठोकळा शोधण्यासाठी रेगन खाली वाकली. तो तिथेच तिच्या पायाशी होता. तिने तो ठोकळा उचलून दार आणि छप्पर यांमधील दोन इंचाच्या फटीत ठेवून दिला. तिला वाटले, 'हा दरवाजा बदलून तिथे नवी अलार्म सिस्टिम लवकरच लावायला हवी. जमल्यास कृत्रिम गवताचे लॉनसुद्धा गच्चीवर टाकायला हरकत नाही.'

ती त्या मिट्ट अंधारात उभी राहिली. सर्वत्र चिडीचूप शांतता होती. तिला आणि जॅकला शांतता आवडत असे, पण आता मात्र हे भुताटकीचे शहर असावे, असे वाटत होते. अगदी जपून पावले टाकत ती जेवणाच्या त्या डगमगत्या टेबलपर्यंत जाऊन पोहोचली. त्या टेबलावर आजचे जेवण घेण्याचा त्यांचा बेत होता. मागच्या वीकएंडला ठेवलेली मेणबत्ती तिथे तशीच स्टँडवर होती. तिने ती मेणबत्ती उचलली.

तेवढ्यात तिच्यामागे तो कुरकुरणारा दरवाजा बंद झाला. रेगन गर्रकन मागे वळली. तिने धावत जाऊन तो दरवाजा उघडण्याचा प्रयत्न केला; पण त्याचे लॅच लागून तो बंद झाला होता. त्याला लावलेली पाचर गायब झाली होती. कोणीतरी दरवाजा मुद्दाम लावला असावा.

'या घरामध्ये, अपार्टमेंटमध्ये कोणीतरी आहे. मगाशी मी ऐकलेला आवाज त्यानेच केला असावा.'

रेगनला ठाऊक होते. तिने जर ओरडण्याचा प्रयत्न केला असता, तर त्या घुसखोराने मागे येऊन रेगनचे तोंड बंद केले असते. तिच्याकडे प्रतिकारासाठी मेणबत्ती सोडली तर दुसरे कोणतेही शस्त्र नव्हते. 'त्यांना जे काही हवे आहे ते त्यांना घेऊ दे.'

जर तो घुसखोर परत आला, तर त्याच्यावर हल्ला करता येईल अशा पवित्र्यात रेगन दरवाजामागच्या भिंतीला पाठ टेकून उभी राहिली. तिचे हृदय धडधडत होते.

जॅक त्याच्या गाडीत बसला. काळोख्या रस्त्यातून शक्य तेवढ्या वेगात सुरक्षितपणे तो गाडी हाकत होता. ट्रॅफिक सिग्नल केव्हाच बंद पडले होते, पण नाक्यावर लोक रहदारी सांभाळत उभे होते. तो रेगनला सारखा फोन लावत होता, पण त्याचा काही उपयोग झाला नाही. त्याने त्यांच्या खालच्या मजल्यावर राहणाऱ्यांना फोन करून पाहिला, पण ते घरी नव्हते.

'असं करण्यात काही फायदा नाही.' त्याला वाटले, 'रेगन ठीक असती तर

तिनेच मला फोन केला असता.'

तो इमारतीजवळ पोहोचला. त्याने गाडीत ठेवलेली विजेरी घेतली आणि तो गाडीच्या बाहेर आला. त्याची एक शेजारीण बाहेर आली.

"जॅक," ती म्हणाली. "मी आता बाहेर येताना कोणीतरी जिन्यातून धावत खाली गेलं. माझी नि त्याची टक्कर झाली. मला वाटतं तो इथे राहणारा नसावा."

जॅक धावत पुढे गेला. एका पावलात दोन पायऱ्या घेत तो धाडधाड चार जिने चढत वर गेला. त्याने दरवाजा उघडला आणि आत शिरला.

"रेगन," हातातील विजेरी चौफेर फिरवत तो हाक मारत होता, "रेगन," पण काही उत्तर आले नाही. तो या खोलीतून त्या खोलीत सर्व घरामध्ये फिरला. नव्या खोलीमध्ये नूतनीकरणाच्या कामाचे सामान आणि कचरा चौफेर विखुरला होता.

"रेगन!" वाटेत आलेले प्लायवूड त्याने लाथेने उडवले. विजेरीचा झोत इकडेतिकडे फिरवत तो धावत गच्चीच्या जिन्यावर गेला.

दरवाजा उघडून त्याने हाक मारली, "रेगन."

दरवाजाच्या मागे रेगन तयारीत उभी होती. हातातील मेणबत्ती टाकून ती जॅकच्या मिठीत शिरली.

"कसं होणार गं तुझं?" त्याचा आवाज दाटून आला.

"आपल्याकडे एक आगंतुक पाहुणा आलाय."

"मला कळलंय."

दुसऱ्या क्षणी रेगनने त्याच्याकडे पाहत हसत विचारले, "चायनीज फूड मिळालं नाही वाटतं?'

## ४

टॅक्सीतून मॅनहॅटनकडे जाताना लॉरेन लिलीची मती गुंग झाली होती. हवेतला उकाडा, प्रवासाचा थकवा, जेटलॅग आणि भीती. तिचा सहकारी नट क्ले नार्डेलिनीला त्याच्या सेलफोनवर तिने निरोप ठेवला. तिला आशा होती की, तो एखाद्या कामानिमित्त बाहेरगावी गेला नसावा. तसे असते तर काही खरे नव्हते.

पुढे काय करावे ते लॉरेनला कळत नव्हते. तिचे जायचे ठिकाण बदलले असल्याचे तिने अजून ड्रायव्हरला सांगितले नव्हते; पण काही झाले तरी कनेक्टीकटला जायचे नाही, हे तिने ठरवले. 'आपल्या आश्रयाला आली हे समाधान कॉनरॅडला कोणत्याही परिस्थितीत मिळता कामा नये. माझ्यापाठी ते घर त्याने परस्पर विकलंच कसं?' त्या विचाराने ती संतापली. पण त्या गुप्त तिजोरीमध्ये तिने जे

काही ठेवले होते, त्याच्या आठवणीने तिला कापरे भरले.

'परतीचं विमान पकडून इंग्लंडला जाता आलं असतं, तर किती बरं झालं असतं!' 'सेक्सी आणि आकर्षक व्यक्तिमत्त्वाची नटी. हिच्या भावी कारकिर्दीवर लक्ष ठेवले पाहिजे.' ब्रिटिश समीक्षकांनी केलेल्या स्तुतीमुळे झालेल्या आनंदावर अमेरिकेत येऊन विरजण पडले होते. येताना विमानात ती विचार करत होती – लेट नाइट टॉक शोमध्ये सांगायचे गमतीदार किस्से, विचारलेल्या प्रश्नांना द्यायची हजरजबाबी उत्तरे, आपण प्रसिद्ध होऊ तेव्हा करायच्या सगळ्या गोष्टी याची स्वप्ने ती रंगवत होती; आणि दोन तासांत विमान जमिनीवर उतरल्यावर तिचे लगेज हरवले आणि त्या दिवशीची रात्र कुठे काढावी, याचा तिला प्रश्न पडला. 'जवळच्या एखाद्या हॉटेलमध्ये रूम घेऊन शॉवर घ्यायला हवा. त्यानंतर तिजोरी उघडल्याशिवाय मी सोडणार नाही. क्लेने परत फोन केला नाही तर दुसरी योजना आखायला हवी.' तिने डोळे मिटून डोके मागे केले. तो लॉफ्ट तिला फार आवडायचा. आता तिला तो गेल्याची हळहळ वाटू लागली. 'तो लॉफ्ट आता रैली दांपत्याच्या ताब्यात आहे, यापेक्षा दुसरं वाईट ते काय!' तिने धावत्या टॅक्सीतून बाहेर पाहिले. कोणत्या हॉटेलात पायउतार करावा, याचा विचार ती करत होती.

"अरे बाप रे!" टॅक्सी ड्रायव्हर ओरडला.

लॉरेनने डोळे उघडले आणि पुढे पाहिले. ते फिफ्टी नाइन्थ स्ट्रीट ब्रिजवर आले होते. मॅनहॅटनची स्काय लाइन काळोखात बुडून गेली होती.

"ओ माय गॉड!" ती ओरडली.

"मला सगळं बरोबर दिसलं." ड्रायव्हर रेडिओ सुरू करण्यासाठी चाचपडत म्हणाला, "आकाशातून कोणीतरी मेन स्विच ऑफ करावा तसं वाटलं. देवा, काही लफडं नसू दे."

निवेदक उत्तेजित पण स्वच्छ व स्पष्ट आवाजात सांगत होता, "आता सर्व शहरातले दिवे गेलेले आहेत... या बाबतीत अधिक माहिती आपणाला वेळोवेळी देत राहू."

"मला हॉटेलमध्ये जायचंय." लॉरेनने ओरडून सांगितले.

"काय?" ड्रायव्हरने आवाज कमी करत विचारले.

"मला हॉटेलमध्ये चेक इन करावं लागणार आहे."

"हॉटेल?"

"होय. ती एक मोठी कहाणी आहे."

"बाईसाहेब, माझं ऐका, अशा वेळी हॉटेलमध्ये जागा मिळणं फारसं शक्य होणार नाही. शहरात सगळीकडे पर्यटक आणि बिझनेसमननी जागा भरल्यायत. आत्ता या क्षणी आपण बोलतोय तेव्हा त्यातले कित्येक जण हॉटेलच्या लिफ्टमध्ये

अडकलेले असतील. बाकीचे त्यांच्या रूममधून बाहेर पडू शकणार नाहीत. या परिस्थितीत एखादी रूम शोधणं म्हणजे वाळूत सुई शोधण्यासारखं होईल.''

''पण मला शोधायला हवी.''

''मला सांगा तुम्हाला कुठे सोडू ते. मी काही ट्रॅव्हल एजंट नाही.''

लॉरेनने सेलफोन काढला. तिने इन्फॉर्मेशन लाइनचा नंबर जोडण्याचा प्रयत्न केला, पण सगळ्या लाईन बिझी होत्या.

''अरे बाप रे! माझा सत्यनाश होणार आहे.''

''बाईसाहेब, आपण ब्रिजच्या दुसऱ्या टोकाला येतोय. तुम्हाला कुठे उतरायचंय ते आता सांगावंच लागेल. या अंधारात सगळे सिग्नल बंद असताना गाडी चालवायची म्हणजे मस्करी नाही.'' तो एक क्षण थांबून म्हणाला, ''काय सांगावं, आज टॅक्सी फुल डिमांडमध्ये असेल. चार पैसे जास्त कमावता येतील. बोला, कुठं जायचंय?''

''द सफायर.''

''वाह!'' ड्रायव्हरने श्वास सोडला.

काळोखात बुडालेल्या मॅनहॅटनमधून ते सावकाश बाहेर पडत होते. गाड्या थांबत थांबत हळूहळू चालल्या होत्या. लोक रेस्टॉरंट्समधून बाहेर येत होते. गाड्यांचा हेडलाइट हा प्रकाशाचा एकमेव स्रोत होता. जणू एखाद्या सिनेमात असल्यासारखे वाटत होते; पण लॉरेन तिकडे लक्ष देत नव्हती. ती कॉम्पॅक्ट मेकअप बॉक्सच्या उजेडात आपला मेकअप रीटच करण्यात दंग होती. मेकअप करणे तिच्या एवढे अंगवळणी पडले होते की, तिला ते झोपेतही करता आले असते.

ड्रायव्हरने आवाज वाढवला आणि तो बातम्या ऐकू लागला. ''तुमचा विश्वास बसेल काय?'' तो लॉरेनला म्हणाला, ''कुठेतरी वीज पडली आणि हा एवढा गोंधळ झाला.''

सफायर हॉटेलसमोर गाडी थांबताच तेथल्या दरवानाने सांगितले की, हॉटेल फुल आहे. लॉरेनने एक सुस्कारा सोडला.

''शू!'' ड्रायव्हर रेडिओला कान लावून म्हणाला, ''ऐका.''

''आत्ताच हाती आलेल्या बातमीनुसार साऊथ सेंट्रल पार्क येथील ट्री टॉप्स हॉटेल ज्याचे उद्घाटन दोन दिवसांनी होणार होते ते आज रात्रीपासूनच सुरू होत आहे. पहिल्या पाहुण्याचे स्वागत करायला त्यांचे कर्मचारी सज्ज झाले आहेत. त्यांच्या मॅनेजरचे म्हणणे आहे की, आजच्या या बिकट प्रसंगी न्यूयॉर्कच्या नागरिकांना मदत करण्यात त्यांना आनंद वाटेल. अर्थात, ज्या नागरिकांना एका रात्रीसाठी फक्त एक हजार डॉलर मोजण्याची ऐपत असेल त्यांनाच! त्यांच्या हॉटेलमध्ये नवा कोरा जनरेटर बसवलेला आहे. त्यामुळे थंडाव्याची हमी निश्चित आहे.''

''मला तिकडे घेऊन चला.''

''तुम्ही एका रूमसाठी तेवढे पैसे मोजणार?'' ड्रायव्हरने आश्चर्याने विचारले.

"जो लवकरच माझा माजी नवरा होणार आहे, तो बिल भरणार आहे."

"मग ठीक आहे. मला चांगली टिप द्या म्हणजे झालं."

पंधरा मिनिटांत टॅक्सी ट्री टॉप्स हॉटेलच्या संगमरवरी प्रवेशद्वारासमोर येऊन उभी राहिली. नोंदणीसाठी लॉबीमध्ये अगोदरच रांग लागलेली होती. स्थानिक टीव्ही चॅनेलचा एक वार्ताहर आपल्या सहकाऱ्यांना घेऊन तिथे आलेल्यांचे चित्रण करत होता. आपली मुलाखत घेणार आहेत म्हणून लॉरेनला खूप आनंद झाला. थोडा वेळ ती आपला प्रश्न विसरली.

"मी आताच लंडनमधील माझ्या नाटकाचा प्रयोग संपवून येत होते." लॉरनने ढील सोडायला सुरुवात केली, "मला वाटतंय मी अजूनही नाटकात कामच करतेय. एअर लाइनने माझं सामान हरवलं."

"काय म्हणता? तुमचं सामान हरवलं?" वार्ताहराची उत्सुकता चाळवली.

लॉरेनने खुलासेवार सांगायला सुरुवात केली, "तुम्हाला कल्पना येणार नाही. हे मात्र अगदी फारच झालं!"

आपले हरवलेले लगेज, नटीच्या आयुष्यातील गमतीजमती वगैरे सर्व सांगून होईपर्यंत सगळ्या खोल्या भरून गेल्या. फक्त दोन स्वीट राहिले होते, चार हजार डॉलरचे.

"काय?" ती क्लार्कच्या अंगावर ओरडली.

"तुम्ही जर कॅमेऱ्यासमोर पोज दिली नसती, तर तुम्हाला बाराशे डॉलरची एक मस्त रूम मिळाली असती. पण एक लक्षात घ्या, स्वीटमधून सेंट्रल पार्कचं दृश्य आहे. रूमच्या समोर पॅसेज आला असता.

"या घटकेला दुसऱ्या कोणत्या रूममधून काय दृश्य आहे याने काय फरक पडणार आहे? सगळ्या दिशांना काळोखच तर आहे!"

"पाहिजे असेल तर घ्या, नाहीतर सोडून द्या."

लॉरेनने कॉनरॅडचे क्रेडिट कार्ड ग्रॅनाईट काउंटरवर फेकले. तेवढ्यात तिचा सेलफोन वाजू लागला. क्ले नार्डेलीनी फोन करत होता. तो तिच्यापासून फक्त तीन ब्लॉक अंतरावर होता.

## ५

रेगन आणि जॅकने स्वयंपाकघराच्या एका खणातून दुसरी विजेरी शोधून काढली आणि घरामध्ये पद्धतशीर शोध घ्यायला सुरुवात केली. जिथे चोर शिरण्याची शक्यता जास्त होती, त्या बेडरूममध्ये कोणी गेल्याच्या खुणा दिसत

नव्हत्या. कपाटामधील तिजोरीचे कुलूप आहे तसे होते. जॅकने ते उघडून पाहिले. रेगनचे दागदागिने, पासपोर्ट, रोख रक्कम आणि महत्त्वाची कागदपत्रे जागच्या जागी होती.

"कशाला हात लावलेला दिसत नाहीये. याचा अर्थ त्याला फारसा वेळ मिळाला नसावा." जॅकने अनुमान काढले.

दुसऱ्या बेडरूमलासुद्धा हात लावलेला दिसत नव्हता. नूतनीकरणाच्या कामाचे सामान सोडून जुन्या घरातील सगळ्या गोष्टी जागच्या जागी होत्या. ते त्यांच्या नव्या घरात गेले. नव्या घराला ते गमतीने लॉरेनचा अड्डा असे म्हणत. गेल्या दोन वर्षांत जॅकने लॉरेनला एकटीलाच तिथे येताना पाहिले होते. तिच्याबरोबर दर वेळेला वेगवेगळे लोक येत. लॉरेन त्यांची ओळख तिचे सहकारी म्हणून करून देत असे. ती असताना कॉनरॅड केव्हाही दिसला नव्हता आणि त्याने तो लॉफ्ट विकल्यानंतर लॉरेनचे दर्शन झाले नव्हते. आदल्या आठवड्यातच त्या दोन अपार्टमेंट्समधील भिंत पाडून टाकली होती. दोन्ही अपार्टमेंट्सच्या, तसेच गच्चीकडे जाणाऱ्या दरवाजांवर जबरदस्तीने उघडल्याच्या कोणत्याही खुणा दिसत नव्हत्या.

"आपण जेव्हा गेल्या गुरुवारी रात्री गेलो तेव्हा सर्व दरवाजे व्यवस्थित बंद करून घेतले होते. जॅक म्हणाला, "आपल्या गैरहजेरीत रॉडची माणसं येणार नव्हती. बरोबर?"

"तो म्हणाला होता की, त्याला जर सामान मिळालं असतं तर तो त्याच्या माणसांना पाठवणाार होता." रेगन विजेरी चौफेर फिरवत म्हणाली.

रेगनने कपाटाचा दरवाजा उघडला. मागच्या वेळी ते कपाट रिकामे होते. आता मात्र त्यात इटालियन टाइल्सचे खोके भरून ठेवलेले होते.

"मला वाटतं रॉड येऊन गेला असावा. ज्या टाइल्स यायला सहा महिने लागतील, असं त्याने सांगितलं होतं, त्या आलेल्या दिसतायत ही चांगली बातमी आणि जाताना तो दरवाजा उघडा ठेवून गेला ही वाईट बातमी. सर्विस लिफ्टमधून माल घेऊन येताना त्यांनी दरवाजा उघडा टाकला असावा. नाहीतर त्यांच्यापैकी कोणीतरी चावी घेऊन आलं असेल."

"आपण बाहेर जाणार आहोत, हे त्याच्या माणसांना माहीत होतं." जॅक म्हणाला. "आपण येईपर्यंत इतक्या रात्री कोण कशाला वाट पाहील? तू म्हणतेस ते काही बरोबर नाही. पण दुसरं कोण असेल?"

जॅकने डोके हलवले. "आपण घर घेतलं तेव्हा काही कुलूप बदललं नव्हतं. चोरण्यासारखं काही नव्हतं आणि मधली भिंतही पाडलेली नव्हती. कारागीर सारखे येत-जात असणार."

त्याने सुस्कारा सोडला. "कोण जाणे किती लोकांकडे किल्ल्या आहेत?

कॉनरॅड आणि लॉरेननेसुद्धा त्यांच्या कामासाठी कोणाकोणाला दिल्या असतील. उद्याच्या उद्या कुलुपवाल्याला बोलवलं पाहिजे.''

दोघांनी जमिनीवर विजेरीचा झोत टाकला.

''मी जेव्हा गच्चीवर होते तेव्हा तो घुसखोर पळून गेला असावा.'' रेगन म्हणाली, ''गच्चीचं दार लावून घेतल्यावर आपण चुकून मागे काही ठेवलं नाही, याची खात्री तो करत असावा.''

''दिवे परत येतील आणि तू त्याला बघशील, अशी त्याला भीती वाटत असेल.''

त्यांनी विजेरी सभोवताली फिरवली.

''वाइनच्या बाटल्या, ब्रेडचे लोफ आणि टस्कनीची दृश्यं असलेल्या त्या टाइल्स फारच छान आहेत, पण त्यासाठी कोणी तुरुंगाची हवा खाण्याची जोखीम पत्करेल, असं वाटत नाही.'' रेगन उपहासाने म्हणाली. ''त्याशिवाय इथं दुसरं काहीही नाही. कॉनरॅडने आपल्याला घर थोडं स्वस्तात दिलं, पण ताबा देताना झाडून सगळं साफ करून नेलंय. अगदी भिंतीवरचा खिळासुद्धा ठेवला नाही.''

ती बोलायची थांबली. विजेरीच्या उजेडात एका लाकडाच्या तुकड्याआड एक काळ्या रंगाची वस्तू दरवाजाजवळ जमिनीवर पडलेली दिसत होती. जॅकचेही तिकडे लक्ष गेले आणि जवळ जाऊन त्याने ती उचलली आणि काय आहे ते बघण्यासाठी हातात धरली.

पेनच्या आकाराची ती एक स्टनगन होती. त्यात एक अंगचीच विजेरीसुद्धा होती.

''आता ब्लॅकआउट झाल्यामुळे ज्याने हे बरोबर आणलं तो अगदी वेडापिसा झाला असेल!'' रेगन हसून म्हणाली.

''त्याने जर याचा प्रयोग तुझ्यावर केला असता, तर तुला गंभीर इजा झाली असती. चल, आपण ही एखाद्या प्लॅस्टिक बॅगमध्ये ठेवू.'' जॅक गंभीरपणे म्हणाला.

ते दोघे स्वयंपाकघराकडे गेले. रेगनने तिची पर्स काउंटरवर ठेवली होती. तिचा सेलफोन वाजू लागला.

''मला ऑफिसमध्ये जायला हवं आहे, पण मी तुला एकटीला इथं सोडणार नाही.'' जॅक म्हणाला.

''ऑफिसमध्ये काम करायला बायकोला बरोबर घेऊन या, असं तर सांगितलं नाही ना?'' रेगन फोन घेत म्हणाली. फोनवर किट होती.

''रेगन, इथं आत्ता जे घडलंय ते तुला खरं वाटणार नाही.''

''मला कल्पना आहे.'' रेगन म्हणाली.

''नाही. हे वेगळंच आहे. मी एका बाईबरोबर कॉमेडी क्लबमध्ये शो बघायला

गेले होते. ती इथे मिडटाऊनमध्ये मला एकटीला सोडून पळाली. तुला माहितीये, मला चालताना आधाराला कुबड्या घ्याव्या लागतात. माझी हॉटेलची रूम अडतिसाव्या मजल्यावर आहे. इथं टॅक्सीसुद्धा मिळणं कठीण आहे. सुदैवाने माझ्या सोबतीला हा कॉमेडियन थांबला आहे. तू इकडे येऊन आजची रात्र मला तुझ्याकडे घेऊन जाशील का?''

''आमचं घरसुद्धा फार चांगल्या अवस्थेत नाही, पण मी आता तुला कारणं सांगत बसत नाही.'' रेगन म्हणाली, ''मी येऊन तुला घेऊन जाईन. ट्रॅफिक लाइट नसल्यामुळे जो काय वेळ लागेल तो.''

''मी कुठेही जात नाही. माझा हा नवा मित्र बिली आणि मी फिफ्टीफोर स्ट्रीटवरच्या नाइन आणि टेन ॲव्हेन्यूवर एका दुकानाच्या समोर बसलो आहोत. लोक आपल्या घरातून घडीच्या टेबल-खुर्च्या आणि वाइन आणि बियरच्या बाटल्या घेऊन बाहेर रस्त्यावर येत आहेत. एक जण म्हणाला की, त्यांचा ब्लॉक पार्टी करण्याचा बेत आहे.''

''माझ्यासाठी एक जागा राखून ठेव.'' रेगन पत्ता घेताना गमतीने म्हणाली.

तिने फोन ठेवेपर्यंत जॅकने स्टनगनचे निरीक्षण करून संपवले आणि ती काळजीपूर्वक प्लॅस्टिक बॅगमध्ये ठेवत जॅकने विचारले, ''तू किटला आणायला जाणार आहेस?''

''मला एकटीला इथे सोडल्याची चिंता तुला करायला नको.''

''ती कुबड्यांच्या आधारावर आहे. आपल्या घुसखोराला तिच्यासाठी स्टनगनची जरुरी पडणार नाही.''

''किटचं काही सांगता येत नाही. जाऊ दे. आमची काळजी करू नकोस.''

''ऑफिसमध्ये जायचं नसतं तर बरं झालं असतं; पण आजच्या रात्रीसारख्या वेळेला....''

आता जॅकचा सेलफोन वाजू लागला. जॅकचा असिस्टंट किथ वॉटर्स फोनवर होता.

''जॅक, सोहोमधील नव्या गॅलरीत चोरी झालीये. मागचा दरवाजा फोडून चोर आत घुसले आणि त्यांनी लाखो डॉलर्स किमतीची काचशिल्पं लुटून नेली. वीज नसल्याने अलार्म वाजला नाही. ब्लॅकआउट झाल्यामुळे मालक दुकान बंद करून निघून गेले होते.''

''पत्ता सांग.'' जॅकने विचारले.

फोन ठेवल्यावर त्याने रेगनचा हात हातात घेतला.

''आपण इथून जाऊ या. मी तुला तुझ्या गाडीपर्यंत सोडतो. मला एक वचन दे. काही झालं तरी तू एकटीने इथे येणार नाहीस.''

“जॅक, काही काळजी करू नकोस. जरी लाइट परत आले तरीही मी किटला घेऊनच येईन.”

जॅक म्हणाला, “आजची रात्र ही फार मोठी रात्र ठरणार आहे, असं वाटतंय.”

## ६

कॉनरॅड स्प्रेकल्स आपल्या ग्रीनीचमधील घरात आराम करत होता. ट्रायस्टेटमधील सर्वसामान्य जनतेला ब्लॅकआउटमुळे जो त्रास होत होता, त्याचा मागमूसही त्याच्या घरात नव्हता. स्वत:च्या मालकीच्या जनरेटरमुळे त्याच्या घरातील हवेच्या थंडाव्यात खंड पडला नव्हता. जोडीला हातात बर्फ व व्होडकाचा पेला होता.

लॉफ्ट विकल्याची बातमी लॉरेनला सांगितली, याचा त्याला खूप आनंद झाला होता. हातातील पेयाचे घुटके घेत घेत लॉरेनला किती वाईट वाटले असेल, याचे चित्र तो मनासमोर रंगवत होता. ‘ही बातमी तिला प्रत्यक्ष भेटून सांगितली असती, तर तिचा चेहरा कसा पडतो, ते पाहायला मिळालं असतं; पण काही इलाज नव्हता. ती जर सरळ लॉफ्टवर गेली असती, तर पंचाईत झाली असती.’ रैली दांपत्याला त्यांच्या वैयक्तिक संबंधांविषयी सांगण्याची काही गरज नव्हती. खरेदीखतावर सह्या करताना त्यांनी लॉरेनविषयी विचारले होते. त्या वेळी त्याने सांगितले होते की, ती इंग्लंडमध्ये एका नाटकात काम करत आहे. त्यांच्या चेहऱ्यावर त्यांचे कुतूहल स्पष्ट दिसत होते; पण अधिक चौकसपणा न दाखवण्याइतपत ते सभ्य होते आणि त्यांनी अधिक चौकशी केली नाही. जर त्याची पहिली माजी पत्नी एवढा खिलाडूपणा दाखवती तर....

पेनीच्या दुर्दशेला तो जबाबदार होता. लॉरेन जेव्हा त्याला भेटली तेव्हा त्यांच्या लग्नाला पंचवीस वर्षे झाली होती. कॉनरॅडने तिच्याकडे घटस्फोट मागितला तेव्हा तो तिला म्हणाला होता, “माझ्या आयुष्यात दुसरी कोणतीही स्त्री आलेली नाही.” पेनीचा आणि त्याचा संसार चालू असतानाच तो लॉरेनला भेटत होता आणि तिचा अनुनय करत होता, हे पेनीला नंतर कळले. त्याची एकवीस वर्षांची लाडकी लेक ॲलेक्सीस आणि पेनी यांनी त्याला कधीही माफ केले नाही. त्याला कळून चुकले की, ही त्याच्या आयुष्यातील दुरुस्त न करता येणारी घोडचूक होती. थोड्याच दिवसांत पेनी राहत होती त्या डेरीयन भागामध्ये ही गोष्ट सगळ्यांना कळली आणि थोड्याच दिवसांत ग्रीनीचमध्येही हे सगळ्यांना कळणार होते.

आपल्या लंपटपणामुळे त्याने आपले हसे करून घेतले होते. ती जवान आणि मादक नटी त्याच्या पैशांपाठी होती. स्प्रेकल्स कुटुंबीयांनी ती संपत्ती आपली

चॉकलेट्स जगभर विकून कमावली होती. त्याच्या आजोबांनी ब्राँक्समधील आपल्या लहानशा घरातील शेगडीवर चॉकलेट बनवण्याच्या व्यवसायाला सुरुवात केली होती. त्याच्या वडिलांनी त्याचे रूपांतर एका उद्योगात केले आणि कॉनरॅड आणि त्याच्या भावाने तो जगभर पसरवला. स्प्रेकल्सची चॉकलेट अतिशय चविष्ट म्हणून ओळखली जात. त्यांच्या चवीचा मोह आवरणे जगात कोणालाही कठीण गेले असते.

कॉनरॅडने आणखी एक घोट घेतला आणि तो टीव्ही बघू लागला. त्या चॅनेलवर ब्लॅकआउटच्या बातम्या चालू होत्या. लॉरेन कोणत्याही क्षणी घरात येईल, असे त्याला वाटत होते. ती दुसरे करू तरी काय शकत होती? तेवढ्यात त्याच्या प्लाझ्मा टीव्हीच्या साठ इंची पडद्यावर त्याला लॉरेनची छबी दिसली आणि तो आपल्या खुर्चीतून उडालाच. त्या हाय डेफिनेशन टीव्हीच्या पडद्यावर ती नेहमीसारखीच सुंदर दिसत होती.

"मी एका नाटकात काम करून नुकतीच लंडन...."

"×××." त्याने शिवी हासडली.

ती एका अत्यंत महागड्या हॉटेलमध्ये चेकइन करत होती आणि तेसुद्धा नवऱ्याच्या पैशांनी! तिला तिच्या नवऱ्याने नुकतीच घटस्फोटाची नोटिस दिली आहे, हे तिच्याकडे बघून खरेही वाटले नसते. कॉनरॅडने व्होडकाची बाटली काढली आणि पुन्हा आपला पेला भरला.

'मला याचा बदला घेतलाच पाहिजे. तिला याचा पश्चात्ताप झाला पाहिजे. काय करायचं ते सुचत नाही, पण काहीतरी मार्ग निघेलच!'

फोन वाजला आणि त्याने उचलताक्षणीच त्याच्या लक्षात आले की, त्याने चूक केली होती. फोनवर पेनी होती.

"हॅलो डिअर," ती गोड आवाजात म्हणाली, "तुम्ही जर टीव्ही बघत नसाल तर ताबडतोब बातम्या लावा."

## ७

मॅनहॅटनमधल्या काळोख्या रस्त्यांवरून रेगन आपली लेक्सस अतिशय जपून चालवत होती. टेन्थ अ‍ॅव्हेन्युच्या दिशेने जाताना ती रेडिओवरील ब्लॅकआउटच्या बातम्या अर्धवट ऐकत होती. त्याच वेळी तिच्या मनात घरामध्ये जे काही घडले त्याचा विचार चालू होता.

'आपण ज्या वेळी तिथे होतो, त्या वेळी तिथे कोणीतरी हातात स्टनगन घेऊन

आला. माझं नशीब किती बलवत्तर खरंच! कोण बरं असेल?'

कारागिरांपैकी एक तिला थोडा आगाऊ वाटला होता.

'तो तर नसेल? तेवढ्याने काही कोण गुन्हेगार ठरत नाही.' तिने स्वतःला बजावलं. 'ब्लॅकआउट झाल्यामुळे कोणाच्याही दृष्टीला न पडता निसटायला मिळालं म्हणून ती व्यक्ती खूश असेल; पण जेव्हा त्याला कळेल की, त्याची स्टनगन सापडत नाही तेव्हा त्याचे डोळे खाडकन उघडतील.' बोटाच्या ठशांवरून त्याच्या मालकाचा शोध घेता येतो का? हे तपासायला जॅक स्टनगन आपल्याबरोबर घेऊन गेला होता.

रेगनने निःश्वास सोडला. दरवान नसलेल्या इमारतीत राहायला जायला तिच्या आईचा विरोध होता.

"जॅक बरोबर असेल तेव्हा काही प्रश्न नाही, पण तो नसेल तेव्हा तुला एकट्यानेच राहावं लागेल. त्याचं काय?"

योगायोगाने तेवढ्यात रेगनचा फोन वाजला. तिची आई नोरा व वडील ल्युक फोनवर होते.

'रेगन, आम्ही नुकतीच ब्लॅकआउटची बातमी ऐकली. कशी आहेस तू?'

"मी ठीक आहे."

"नक्की? आता कुठे आहेस?"

"मी गाडी चालवतेय. किटला आणायला चाललीये. तिला अजून कुबड्या वापराव्या लागतात आणि कुबड्या टेकत टेकत अडतीस मजले चढून जाणं काही गंमत नाही."

"तू गाडी चालवते आहेस तर जपून चालव. ट्रॅफिक सिग्नल बंद पडले असतील."

रेगन हसली.

"खरंय तू म्हणतेस ते."

तिच्या घरी जे काही घडले ते आईला सांगायला ही वेळ योग्य नव्हती.

"मी किटला घेऊन सरळ घरी येणार आहे. लग्नात प्रेझेंट मिळालेल्या मेणबत्त्यांचा असा उपयोग होईल, असं कोणाला वाटलं होतं का?"

"मेणबत्त्या लावल्यास तर नीट काळजी घे. नाहीतर आग वगैरे लागायची."

"घाबरू नकोस."

"जॅक कुठे आहे?"

"त्याला आज रात्रभर काम करावं लागेलसं दिसतंय. सोहोमध्ये कोणीतरी आर्ट गॅलरी लुटलीये."

"मागच्या ब्लॅकआउटमध्ये इतक्या चोऱ्या झाल्या नव्हत्या."

"त्या वेळी दुपार होती. अंधार पडण्यापूर्वी लोकांनी योग्य ती खबरदारी घेतली

होती; पण या वेळी रात्र होती. एका क्षणात गुडूप अंधार झाला. एरवी ज्यांनी दुसऱ्यांच्या वस्तूला हात लावला नसता त्यांना आज चोरीचा मोह झाला असेल.''

'मी हे आईला काय सांगत बसले आहे?' रेगनला वाटले. ''पण रेडिओवर सांगत आहेत की, सगळीकडे शांत आहे. गर्दीची वेळ होऊन एक तास झाला आहे. बहुतेक जण डाऊनटाऊनमधून बाहेर पडले आहेत.''

''तू लवकरात लवकर घरी जाऊन दरवाजा बंद करून बस पाहू.''

''मी तसंच करणार आहे. डॅडना विचारलंय म्हणून सांग. बाकी उद्या फोनवर बोलू.''

फिफ्टी स्ट्रीटवर रेगन उजवीकडे वळली. पुढच्या ब्लॉकवर एक पार्टी रंगात आली होती. हेड लाइटचा झोत त्यांच्यावर पडला. म्युझिक मोठ्या आवाजात लावलेले होते. लोक रस्त्यावर नाचत होते. फूटपाथवर लावलेले बार्बेक्यू ग्रिल धगधगत होते. रेगन किटने दिलेला पत्ता शोधत हळूहळू पुढे जात होती. तिच्या अंदाजाप्रमाणे तो उजव्या हाताला असायला हवा होता. एकूण पाहता नूतन वर्षाच्या स्वागताचा जल्लोष चालू आहे, असे वाटत होते. प्रत्येकाने आपल्या मित्रमैत्रिणींना ब्लॉक पार्टीसाठी बोलवले होते की काय, असे वाटत होते. मुंगीलासुद्धा जागा नव्हती. शेवटी तिला गाडी नाइलाजाने डबल पार्क करावी लागली.

'रेगन!'' किटने गर्दीतून तिला हाक मारली.

एक तरुण तिला गर्दीतून रस्ता काढायला मदत करत होता.

रेगनने पॅसेंजरच्या बाजूच्या गाडीचा दरवाजा उघडून धरला. किट जवळ येताच तिने तिला मिठी मारली. तिचा पाय खूपच दुखत असावा, असे रेगनला वाटले.

''रेगन, हा बिली.'' किट पटकन म्हणाली, ''हासुद्धा आपल्याबरोबर येतोय.''

''चालेल की!'' रेगन बिलीशी हस्तांदोलन करत म्हणाली.

'हा दिसतोय गोड, पण चक्रम नसला म्हणजे मिळवलं.' तिला वाटले.

किट पुढे आणि बिली मागे बसला. रेगनने कुबड्या सामान ठेवण्याच्या जागेमध्ये ठेवल्या.

सर्व जण गाडीत बसल्यावर रेगन गमतीने म्हणाली, ''पार्टी धम्माल चालू आहे. तुम्हाला नक्की निघायचं आहे ना? त्या हॉट डॉग्जचा वास किती खरपूस येतोय!''

किटने रेगनच्या हातावर आपला हात ठेवला.

''रेगन,'' तिने बोलायला सुरुवात केली; पण मध्येच थांबली.

''किट, काय झालं? तब्येत ठीक आहे ना?''

''मला आत्ताच एकाचा फोन आला. त्याला मी त्या मुलीबरोबर कॉमेडी क्लबमध्ये गेलीये ते माहीत होतं. त्याने मला तिच्याबद्दल एक भयंकर बातमी

सांगीतली आहे.''

''जी मुलगी तुला एकटीला सोडून निघून गेली तिच्याबद्दल?''

किटने डोके हलवले.

''जॉर्जिना मॅथीसन तिचं नाव. तिची पॉलेट नावाची एक मैत्रीण आहे. गेल्या शनिवारी त्या दोघी अटलांटाला गेल्या होत्या. तिथे त्या दोघी दुकानात चोऱ्या करत भटकत होत्या. त्या दोघींना आपल्या बॅगेत कपडे वगैरे वस्तू भरताना दुकानातल्या सीसीटीव्हीमध्ये टिपलंय. कोणीतरी पॉलेटच्या गाडीचा नंबर लिहून ठेवला होता. त्यावरून थोड्याच वेळापूर्वी पोलिसांनी तिला पकडलंय.''

''जॉर्जिना चोर आहे?'' रेगनने विचारले, ''म्हणजे तीच माझ्या घरात घुसली असणार.''

''काय सांगतेयस काय?''

''आज रात्री कोणीतरी माझ्या घरामध्ये घुसलं होतं; पण तेवढ्यात मी तिथे गेले आणि ते पळाले.''

''बाप रे!'' किट म्हणाली, ''पण रेगन, मी तिच्याविषयी जे ऐकलं ती त्याहूनही भयंकर आहे.''

रेगन काहीतरी बोलून उडवून लावणार होती; पण किट एवढी चिंतातुर झालेली दिसत होती की, ती म्हणाली, ''सांग मला काय झालं ते.''

''ह्या पॉलेट बयेने पोलिसांसमोर सगळा कबुलीजबाब दिला. तिनं सांगितलं की, जॉर्जिना कॉमेडी क्लबमधून चिकन्या, गोऱ्या मुलांना आपल्याबरोबर घेऊन जाते आणि त्यांना फसवून गुंगीच्या औषधाचा डोस पाजते. नंतर त्यांना आपल्या गाडीतून एखाद्या निर्जन, एकाकी जागी घेऊन जाते. तिथे तो मुलगा बेशुद्ध पडल्यावर त्याच्या हातावर तापलेल्या तारेने - मी साप आहे - अशा अक्षरांचा डाग देते. आणि नंतर त्याला तिथेच सोडून पळून जाते. जसं ती आज रात्री मला सोडून गेली. तिला बघताच मला वाटलं होतं की, हे काहीतरी वेगळं पाणी आहे. पण ती एवढी पिसाट असेल, असं वाटलं नव्हतं. कॉमेडी क्लबची होस्टेस म्हणाली की, तिने जॉर्जिनाला फूटपाथवर उभं राहून सिगारेट ओढताना पाहिलं होतं. तेवढ्यात तिथे एक गोरा, सोनेरी केसांचा तरुण आला. त्याने तिच्याकडून सिगारेट घेतली आणि ती दोघं टॅक्सीतून निघून गेली.''

''माझ्या आईवडलांना मी कॉमेडी क्लबमध्ये शो करतो ते मुळीच आवडत नाही. तरी ही गोष्ट अजून त्यांच्या कानावर गेली नाही. नशीब, माझे केस सोनेरी नाहीत.'' बिली पाठच्या सीटवरून बोलला. ''किट, मला कळत नाही की, तुला तिने का बोलवलं असावं?''

''तिला सगळ्या ग्रुपला एकत्र बोलवायचं होतं. तिच्याकडे गाडीही नव्हती.

त्यामुळे आजच्या रात्रीपुरता तिने तिचा बेत रहित केला असावा, पण संधी मिळाल्यावर तिला मोह आवरता आला नसावा.''

''ती होस्टेस अजूनही क्लबमध्ये असेल का?'' रेगनने विचारले.

''होय,'' बिली म्हणाला, ''तुम्हाला जर तिला भेटायचं असेल तर मी फोन करून तिला थांबायला सांगतो.''

''आपण भेटू या तिला.'' रेगन म्हणाली.

गाडीच्या बाहेर म्युझिक जोरात वाजत होते. बरोबरीने लोकही गात-नाचत होते. सर्व जण रात्रभर धमाल करण्याच्या मूडमध्ये होते.

''जर आपण तिला शोधलं नाही तर या मुलाच्या हातावर जन्माची खूण राहील.'' किटला अतिशय वाईट वाटत होते. ''मी जर आज तिच्याबरोबर गेले नसते तर कदाचित तो मुलगा तिला भेटला नसता.''

''यात तुझा काही दोष नाही.'' रेगन म्हणाली, ''त्यांना शोधण्यासाठी आपल्याला जे शक्य आहे ते सगळं मी करणार आहे. मी जॅकला सांगते. तो त्याचा शब्द टाकेल. आजच्या रात्री या चेटकीला शोधायचं म्हणजे खायचं काम नाही.''

रेगनने गाडी चालू केली आणि जॅकला फोन लावला.

रिंग वाजत असतानाच तिने किटला सूचना दिली, ''तुला जॉर्जिनाविषयी जे काही आठवतंय, ती जे काही बोलली असेल, तिने जे काही केलं असेल ते सर्व तू लिहून काढ.''

''शो सुरू होण्यापूर्वी तिने मार्गारीटा मागवली होती, वुईथ एक्स्ट्रा सॉल्ट. तिने ती दोन घोटात संपवली.'' किटने सांगितले.

जॅकचा आवाज आला, ''रेगन, तू ठीक आहेस ना?''

''मी किटबरोबर आहे.''

''मी तुला थोड्या वेळाने फोन करतो. मी एका....''

''नो जॅक.'' रेगनने उत्तर दिले, ''मी जे सांगणार आहे ते खूप महत्त्वाचं आहे. तुला आत्ताच....''

८

''या ब्लॅकआउटमध्ये बसायला ही काही तशी वाईट जागा नाही.'' क्ले नार्डेलीन टूथपिक चावत चावत लॉरेनच्या स्वीटमध्ये येरझाऱ्या घालत होता.

''सगळी दुनिया वर्तमानपत्राचा पंखा करून वारा घेत हाशहुश करत बसलीये आणि तू मात्र इथे थंडगार हवेत आरामात पहुडली आहेस. तुझ्या त्या कँडीवाल्याची

चॉकलेट्स धडाधड खपत असतील, नाही?''

लॉरेनने डोळे वटारले, ''मला आजची रात्र टेकायला जागा पाहिजे होती. मी इंग्लंडमध्ये असताना कॉनरॅडने आमची लॉफ्ट शेजाऱ्याला विकून टाकली.''

क्लेचे तपकिरी डोळे चमकले. त्याची पंचविशी उलटली होती. पाच फूट दहा इंच उंची, सावळा वर्ण आणि दणकट बांधा. त्याचे व्यक्तिमत्त्व तसे आकर्षक होते; पण एकंदरीत पाहता तो एखाद्या रस्त्यावरच्या मवाल्यासारखा दांडगट दिसायचा. त्यामुळे त्याच्या वाटेला बहुधा गुन्हेगाराच्या भूमिका यायच्या. याचा त्याला वैताग आला होता आणि ते त्याने त्याच्या अभिनयाच्या वर्गामधील सहकाऱ्यांपासून लपवून ठेवले नव्हते. शिक्षक वेंडाल आणि इतर सहकाऱ्यांच्या मदतीने तो संवेदनशील अभिनय करण्याचा खूप प्रयत्न करीत होता. संवादफेकींमध्ये हळवेपणा येण्यासाठी त्याने आवाजाची तालीम चालू केली होती. हालचालींमध्ये डौल आणण्यासाठी त्याने नृत्य शिकायला सुरुवात केली होती. आघाडीच्या नटीबरोबर रोमँटिक भूमिका करण्याची त्याची ज्वलंत महत्त्वाकांक्षा होती.

''त्याने विकून टाकली? तुला तर ती जागा खूप आवडायची!''

लॉरेनने खांदे उडवले.

''ड्रिंक घेणार का?''

''मी बिअर घेईन.''

लॉरेनने मिनीबारमधून स्वत:साठी व्हाइट वाइन व क्लेसाठी बिअर घेतली. सेंट्रल पार्कचे दृश्य समोर दिसेल अशा रीतीने ठेवलेल्या पांढऱ्या सोफ्याच्या टोकाला ती गेली. त्या स्वीटची सर्व सजावट पांढऱ्या रंगात केली होती. भिंतींचा रंग, कार्पेट, पडदे, फर्निचर आणि सगळ्या बारीकसारीक वस्तूंचा रंग पांढराशुभ्र होता. हॉटेलचा अंतर्गत सजावटकार शुभ्रतेच्या शुद्धत्वाचा मोठा पाईक होता, पण त्याच्या या अट्टाहासाने सफाई कामगारांच्या नाकी नऊ येत. लॉरेनने क्लेच्या हातात त्याचा ग्लास दिला आणि दोघे सोफ्यावर बसले.

क्लेने त्या थंडगार पेयाचा एक घोट घेतला.

''छान आहे! बाईसाहेब, आपण माझी जी खातीरदारी करत आहात त्याच्या बदल्यात मी काय करावं अशी आपली अपेक्षा आहे? तू इंग्लंडच्या विमानातून उतरल्याबरोबर मला फोन करून बोलवलंस. तुझा कँडीवाला कुठे आहे?''

लॉरेनने सोफ्यावरची एक उशी टेकायला घेतली आणि थोडी रेलून बसली.

''त्याने घटस्फोटाची नोटिस दिलीये.''

''आय ॲम सॉरी.'' क्ले हळुवार आवाजात म्हणाला.

ऋजूता जोपासण्याची त्याची धडपड सतत चालू असायची.

''पण तो काही माझा मोठा प्रश्न नाही.''

"प्रश्न नाही?"

"नाही."

लॉरेनने आपले पाय ताणून खालच्या गुबगुबीत कार्पेटवर ठेवले.

"अभिनय वर्गामधल्या वेंडॉल सरांनी काय सांगितलं होतं तुला आठवतंय? ते म्हणायचे तुमचा कोणाशी वाद झाला तर त्या व्यक्तीला एक पत्र लिहा आणि त्यात तुम्हाला काय वाटतं ते सगळं अगदी स्पष्टपणे लिहा."

"बरोबर आहे ते. मनात जे साठलंय ते सगळं त्या पत्रात येऊ दे; पण पत्र कधीही पोस्टात टाकू नका. हा एक खूप चांगला उपाय आहे. डॉक्टरची फी देण्यापेक्षा स्वस्त."

लॉरेनने मान हलवली.

"एक उपचारपद्धती म्हणून माझा उद्देश तोच होता. वैयक्तिक आणि व्यावसायिक अशा सगळ्या संबंधितांना मी पत्रं लिहिली. पण हे पत्र लिहायचं मी पुढे खूप ताणत नेलं. कास्टिंग कोच, निर्माते, दिग्दर्शक, एवढंच नव्हे, तर माझी ज्यांच्याशी ओळखही नाही अशा आघाडीच्या व्यक्तींनाही मी पत्रं लिहिली. त्यातली कित्येक पत्रं घाणेरडी आणि वाईट म्हणता येतील अशी आहेत. मला वाटलं की, या सगळ्यामुळे माझा आत्मविश्वास मजबूत होईल."

"वा!" क्ले उद्गारला.

त्याने अविश्वासाने मान डोलवली.

"तुला ही पत्रं लिहायला वेळ कधी मिळाला? अरे, मी विसरलोच! घराचं भाडं भरण्यासाठी तुला काही नोकरी करावी लागत नाही." त्याने थांबून पुढे विचारले, "मला कधी पत्र लिहिलंयस का?"

"नाही."

"मग मला तू हे आता का सांगते आहेस?"

लॉरेनने एक आवंढा गिळाला.

"लॉफ्टमध्ये कॉनरॅडच्या नकळत मी एक छुपी तिजोरी बसवून घेतली होती, कपाटाच्या मागे. त्या तिजोरीत ती पत्रं आहेत. कोणाच्या हातात ती पडली तर मी संपलेच म्हणून समज."

"नक्कीच!" क्ले तत्काळ म्हणाला, "आपल्या व्यवसायातले लोक मनात अढी ठेवून असतात."

लॉरेन अस्वस्थ झाली.

क्ले तिच्याजवळ जाऊन म्हणाला, "तुझ्या शेजाऱ्यांना ती मिळाली तर तुला ते आणून देणार नाहीत का?"

"ते कदाचित पोस्टातसुद्धा टाकतील. मी ती पत्रं पाकिटांत बंद करून, पत्ता

लिहून, स्टँप लावून अगदी तयार ठेवलीयेत आणि त्यांनी ती परत केलीच, तर ते ती कॉनरॅडच्या हातात देतील. लॉफ्ट त्याच्या एकट्याच्या नावावर होता.''

''तू हे पत्रांचं प्रकरण मनापासून अंगीकारलं होतंस.''

''वेंडॉल नेहमी म्हणायचे की, तुमचं स्वप्न साकारण्यासाठी तुम्हाला त्यात झोकून द्यावं लागतं. मी अगदी तसंच केलं! कॉनरॅडच्या हातात ती पत्रं पडली तर तो ती वाचून पाहील आणि अगदी स्वत: धावत जाऊन पोस्टात टाकेल. माझी खात्री आहे.''

''त्याला लिहिलेलं एखादं पत्र आहे का त्यात?''

लॉरेनने मान डोलवली, ''चांगली दहा पानं भरून होतील एवढं लांबलचक.'' ती आपली पकड घट्ट करत म्हणाली, ''मी ती सगळी पत्रं माझ्या हस्ताक्षरात आणि शैलीदार भाषेत लिहिली आहेत. ती पत्रं मी लिहिली नाहीत, असं मला म्हणता येणार नाही. मला ती कोणत्याही परिस्थितीत परत मिळवलीच पाहिजेत आणि त्यासाठी मला तुझी मदत हवी आहे.''

''माझी मदत? मला या चोर-उचक्क्यांच्या भूमिका करून वीट आलाय आणि तू मला खरोखरची चोरी करायला सांगतेयस? मी जरी चोरांच्या भूमिका करत असलो तरी मी चोर नाही.''

''हे तुला सहज जमण्यासारखं आहे. तुला फक्त लॉफ्टमध्ये जायचं आहे. तुला काय मी चोरी करायला सांगत नाही. तू तिथून जे काही घेऊन येणार आहेस ते माझ्या मालकीचं आहे.''

''त्या तिजोरीमध्ये काही रोख रक्कम आहे का?''

''होय. मी अधूनमधून थोडेफार पैसे बाजूला ठेवत होते. कॉनरॅड एकदम कंजूस माणूस आहे. वेळप्रसंगी उपयोगी पडावेत म्हणून अंदाजे वीस ते तीस हजारांच्या आसपास असावेत.''

क्लेने आ वासला.

''काय? वीस की तीस हजार डॉलर! तुला नक्की किती आहेत ते ठाऊक नाही?''

''मला सांगता येणार नाही, पण तू जर हे माझं काम करशील तर जेवढे असतील ते सगळे तुझे. क्ले, माझी सगळी कारकीर्द तुझ्या हातात आहे. ब्रिटिश समीक्षकांनी माझं एवढं कौतुक केलंय. ती पत्रं चुकून जरी पोस्टात पडली तरी सगळं मातीत जाईल.''

''मी एखादा गेम शो केला तर मला सहज वीस एक हजार डॉलर मिळतील. शिवाय त्यात तुरुंगात जाण्याची धास्ती नाही.'' क्ले कुरकुरत म्हणाला.

''तुला आजपर्यंत एक तरी शो मिळालाय का?'' लॉरेनने विचारले, ''शिवाय

ह्या शोचं चित्रीकरण बहुतेक वेळा लॉस एंजेलीसमध्ये होतं.''

तेवढ्यात लॉरेनचा सेलफोन वाजू लागला. तिच्या इंग्लंडमधील नाटकाचा निर्माता एडवीन फोनवर होता.

''लॉरेन डार्लिंग, मला झोप लागत नव्हती म्हणून मी टीव्ही चालू केला तर काय! तुमच्याकडे सगळा ब्लॅकआउट झालेला दिसतोय. माय गुडनेस!''

''येस एडवीन,'' लॉरेनने फेकायला सुरुवात केली, ''आम्ही त्याची योग्य ती खबरदारी घेत आहोत; पण त्यापेक्षा तुमच्या नाटकात आता मी नाही, या गोष्टीमुळे जास्त चुकल्याचुकल्यासारखं वाटतंय. तुमच्या त्या नाटकवाल्यांशिवाय इकडे मन लागत नाही.''

''तुझ्याशिवाय आम्हालासुद्धा तसंच वाटतंय.'' एडवीन मध्येच म्हणाला, ''हे बघ, मी तुला उद्या फोन करून सांगणारच होतो. चार्ल्स म्हणून माझा एक मित्र हॉलिवूडमध्ये दिग्दर्शक आहे. तो आपल्या नाटकाच्या शेवटच्या प्रयोगाला आला होता. त्याला तुझा अभिनय एवढा आवडला म्हणून सांगू!''

लॉरेनच्या पोटात खड्डा पडला. चार्ल्स ड्रायडन एक बडा दिग्दर्शक म्हणून प्रसिद्ध होता. चित्रपट जगात त्याला खूप मान होता. त्याला उद्देशून तिने लिहिलेले पत्र खूपच कडक होते. त्यात तिने लिहिले होते की, त्याचे चित्रपट बघवत नाहीत आणि अगदी जीव गेला तरी अशा चित्रपटात काम करायला ती कधीही तयार होणार नाही.

''त्याने एक बिग बजेट चित्रपट करायला घेतलाय आणि त्या चित्रपटातली एक चांगली भूमिका त्याने तुझ्यासाठी राखून ठेवलीये. तू उद्या सकाळीच त्याला फोन कर.''

जेव्हा लॉरेनने फोन ठेवला तेव्हा तिला फक्त झटका यायचा बाकी राहिला होता.

''क्ले, त्या तिजोरीमध्ये माझे काही दागिनेसुद्धा आहेत. वाटल्यास तेसुद्धा तू ठेवून घे. मला फक्त ती पत्रं हवी आहेत.''

पोट भरण्यासाठी क्लेला प्लंबरचा व्यवसाय करावा लागे. लोकांच्या तुंबलेल्या मोऱ्या साफ करून वर्षभरात जे पैसे त्याला मिळाले असते त्यापेक्षा कितीतरी जास्त पैसे त्याला एका रात्रीत कमावण्याची संधी होती. त्याने बिअरचा ग्लास खाली ठेवला.

''ऑल राइट लॉरेन, मी तयार आहे. तुझ्या अभिनय नैपुण्यापासून मी जगाला वंचित ठेवू इच्छित नाही.''

लॉरेनने आपले हात त्याच्या गळ्याभोवती टाकले.

''वेंडॉल सर म्हणायचे, आपली जोडी चांगली जमते. मला खात्री आहे, हे

काम आपण दोघं फत्ते करू.''

''ही खरीखुरी गोष्ट आहे लॉरेन,'' क्ले गंभीरपणे म्हणाला. ''नाटकातला एखादा प्रवेश नाही. नीट वठला नाही तर आपण दोघंही गजाआड होऊ. मी काय म्हणतो ते लक्षात घे. आपण दोघंही. तुला माझ्याबरोबर घरी यावं लागेल.''

''अर्थात,'' लॉरेन म्हणाली, ''आपण दोघंही आत जाऊ.''

तिने अस्वस्थपणे ग्लास उचलला. त्या घराचा नवा मालक कोण आहे हे त्याला सांगण्यात अर्थ नव्हता. जर त्याला कळते की, तो मेजर केस स्क्वाडचा प्रमुख होता, तर तो कधीच तयार झाला नसता; मग कितीही पैसे मिळेनात.

## ९

रेगन, किट आणि बिली लॅरीज लाफमध्ये परत गेले. बेकी नावाची एकवीस वर्षांची कॉलेज युवती तिथे उन्हाळ्याच्या सुट्टीत होस्टेस म्हणून काम करत होती. तिने आपल्या तांबूस केसांची पोनिटेल बांधली होती आणि शॉर्ट स्कर्ट व स्लीव्हलेस टॉप घातला होता. तारुण्यसुलभ उत्साहाने ती सळसळत होती. बिलीने तिची ओळख करून दिली.

त्या खोलीत एवढा काळोख होता की, ती एखाद्या गुहेसारखी वाटत होती. पण ते सर्व जण बसू शकतील अशी ती एकच जागा तिथे होती. होस्टेस स्टँडला लागून एक मिनी बार होता आणि रस्त्याच्या बाजूला एक मोठी काचेची खिडकी होती.

''बेकी, आम्ही इथे कशासाठी आलो आहोत तुला कल्पना आहे का?'' रेगनने सुरुवात केली.

बेकीने मान डोलवली, ''माझा विश्वास बसत नाही!''

''तू काय पाहिलंस ते सविस्तर सांग.''

''मला सगळंकाही आठवतंय. ती बाई आणि किट आल्या तेव्हा मी त्या दोघींना रंगमंचाजवळचं टेबल दिलं, कारण किटकडे कुबड्या होत्या. मी स्वत: किटला नीट बसवलं. सोमवारच्या मानाने गर्दी खूप होती, पण जेव्हा उकाडा जास्त असतो तेव्हा लोकांना घरी बसून राहायला आवडत नाही. सर्व जण आपापल्या जागी बसल्यावर ती बाई जॉर्जिना...''

''होय. तेच. तिचं नाव आहे.''

''ती सरळ दरवाजाकडे गेली. मी तिला सांगणारच होते की, कार्यक्रम आताच चालू होईल, बाहेर जाऊ नकोस; पण तिला पाहिल्यावर मला कसलीतरी भीतीच वाटली.''

"तुझं बरोबर आहे. ती तशी विचित्रच आहे."

"तिने बाहेर पडल्याबरोबर एक सिगारेट शिलगावली. मला वाटलं की, ती दोन झुरके मारेल आणि आत येईल."

बेकी मध्येच थांबली आणि कपाळावर आठ्या घालून म्हणाली, "तो झुरका नव्हता. खोलवर मारलेला दम होता."

"ती मला म्हणाली होती की, तिला सिगारेट सोडायचीये." किट उपहासाने म्हणाली.

"नंतर काय झालं?" रेगनने विचारले.

"तेवढ्यात माझ्याकडे दोघांनी टेबल बदलून देण्याची विनंती केली. शो जवळपास हाउसफुल होता, तरी मी त्यातल्या त्यात त्यांची सोय करून दिली. ती पहिल्यापेक्षा फारशी चांगली नव्हती; पण त्यांना ती ठीक वाटली. मी जेव्हा माझ्या जागेवर परत गेले तेव्हा एक उंच, सोनेरी केसांचा तरुण जॉर्जिनाकडे सिगारेट मागत होता."

"तो आधीपासूनच तिथे उभा होता का?" रेगनने विचारले.

बेकीने मान हलवली, "मला नाही तसं वाटत. बार काउंटर रिकामा झाला होता आणि सर्व जण आपापल्या जागी बसले होते. फक्त बारटेंडर आर्डरप्रमाणे ग्लास भरून वेट्रेसना देत होता. दिवसाउजेडी पाहिल्याप्रमाणे मला स्पष्ट आठवतंय, जॉर्जिनाने त्याला सिगारेट दिली तेव्हा ती हसत होती, एखाद्या देखण्या तरुणाने कटाक्ष टाकल्यावर खूश होऊन हसावं तशी."

"माझ्याकडे पाहून कोणीतरी एकदा तसा कटाक्ष टाकला होता." किट उदास होऊन म्हणाली, "खूप दिवस झाले त्याला."

"तिने खेळकरपणे त्याच्या हातावर चापटी मारली आणि कशावरून तरी ती दोघं हसू लागली. थोडा वेळ मी माझ्याकडील आरक्षणाच्या तक्त्यावर एक नजर मारून हिशेब जुळवला. नंतर पाहिलं तर ती दोघं टॅक्सीत बसून जात होते."

"टॅक्सी कोणत्या प्रकारची होती?"

"नेहमीची. जुनीपुराणी. फोर डोअर सेडन. त्याने दरवाजा उघडला. पहिल्यांदा ती आत गेली, पाठोपाठ तो. मला थोडं आश्चर्य वाटलं. किटला एकटीला सोडून ती कशी काय जातेय, याचं आश्चर्य वाटलं. किटचं नाव तेव्हा मला माहीत नव्हतं."

"जॉर्जिना ज्याच्याबरोबर गेली त्याच्याविषयी सांगता येण्यासारखं काही आहे का?" रेगनने विचारले.

बेकीने हातात हात अडकवले.

"त्याच्याविषयी लक्षात येण्यासारखी पहिली गोष्ट म्हणजे त्याची उंची सहा चार तरी असेल. उंच, बारीक आणि सोनेरी केस, भांग सर्वसाधारण मुलांसारखा एका बाजूला. मी त्याला बाजूने पाहिलं. त्याचा चेहरा एखाद्या लहान मुलासारखा गोड दिसत होता."

"त्याचे कपडे कसे होते?" रेगनने विचारले.

"जीन्स आणि शॉर्ट स्लीव्ह शर्ट."

"कोणत्या रंगाचा?"

"मला नक्की आठवत नाही. निळा किंवा हिरवा असेल."

"त्या दोघांच्या वागण्यात काही वेगळं वाटलं का?" रेगन खोदून खोदून विचारत होती.

"तो टॅक्सीत बसला तेव्हा त्याने घड्याळात पाहिलं. मला काहीतरी खटकलं. काय बरं?"

"काय ते नीट आठव."

"हां. आता आठवलं. त्याने घड्याळ उजव्या हातावर बांधलं होतं. तो डावरा असला पाहिजे."

"ही महत्त्वाची गोष्ट सांगितलीस." रेगन तिला प्रोत्साहन देण्याचा प्रयत्न करत म्हणाली. यापेक्षा जास्त दुवे हाती लागायला हवे होते. "आणखी काहीतरी आठवायचा प्रयत्न कर. त्या बारटेंडरचं काम आटोपलेलं दिसतंय. त्याच्याशी जरा दोन मिनटं बोलू या का?"

"ओह, शुअर!" बेकी म्हणाली, "माझी आजी म्हणायची एकसे भले दो."

## १०

"हे! किती हसवतेयस."

जॉर्जिना लॅरीज लाफच्या बाहेर भेटलेल्या तरुणाकडे पाहून हसली. त्याचे नाव चिप होते. कॉमेडी क्लबमधून ते दोघे  ईस्ट व्हिलेजमधील जाझ बँडच्या शोसाठी चालले होते. जेव्हा लाइट गेले तेव्हा त्यांनी आपला बेत बदलला आणि वाटेत ते सेकंड अॅव्हेन्युवर उतरले. तिथे पन्नासच्या दशकातले जुन्या धाटणीचे प्रशस्त बार होते. बहुतेक सर्व गिऱ्हाईक विशीतील तरुण होते. बारच्या बाहेर साइड वॉकवर उभे राहून ड्रिंक घेत घेत ते ब्लॅकआउटच्या गडबडीचा आनंद लुटत होते.

"तूसुद्धा मजेशीर आहेस!" जॉर्जिनाने हसत हसत उत्तर दिले, "तुझ्यासारखे उत्स्फूर्त लोक मला आवडतात."

"इथे गच्चीवर एक चांगला बार आहे, लेट्स गो."

अंधाऱ्या जिन्यात वरखाली जाणाऱ्या लोकांची गर्दी होती. चिपने जॉर्जिनाचा हात पकडला आणि तिला धरून गर्दीतून वाट काढत वर बारमध्ये गेला. बार माणसांनी फुलून गेला होता. टेबले कुठे होती ते नीट दिसतही नव्हते. सगळीकडे

एकच गोंगाट चालू होता.

"तुझ्यासाठी काय ड्रिंक आणू?" चिपने विचारले. "तू इकडे भिंतीच्या जवळ उभी राहा. मी बार काउंटरवरून घेऊन येतो."

"मला नेहमी मार्गारीटा आवडते; पण या गोंधळामध्ये मार्गारीटा मिळणं कठीण दिसतंय. त्यापेक्षा व्हाइट वाइन आण."

"मी आणतो काय मिळेल ते."

जॉर्जिना सभोवतालच्या तरुणाईचे निरीक्षण करत होती. सर्व जण कसे अगदी आनंदी आणि बिनधास्त वाटत होते!

'मला यांच्यासारखे कधीच होता आले नाही. चारचौघांत मला अस्वस्थ वाटते. असे का? हकबरोबर मी किती सुखात होते! पण तीन महिन्यांतच तो मला सोडून माझ्या रूममेटच्या पाठी गेला.'

जॉर्जिनाच्या बाजूला एक तरुण युगुल उभे होते. त्या तरुणाने आपला हात तिच्याभोवती टाकून तिला जवळ ओढून तिचे चुंबन घेतले. ती मुलगी खिदळत होती. जॉर्जिनाचा संताप वाढू लागला.

'हक आणि मीसुद्धा एके काळी असेच होतो. हक बेट्या, मी तुला चांगली अद्दल शिकवणार आहे. तू कुठेही लपून बस. तू असशील तिथून तुला शोधून काढीन.'

"तू कुठे गेली होतीस?" चिपने विचारले.

जॉर्जिनाने वळून पाहिले. त्याच्या हातात दोन मार्गारीटा होत्या.

'हकसुद्धा माझ्यासाठी असाच जीव टाकत असायचा.'

"मला वाटलं होतं, तू एक चांगला मुलगा आहेस." ती हसत म्हणाली.

त्यांनी मार्गारीटाच्या चषकांचा झणत्कार केला.

"न्यूयॉर्क शहरात स्वागत असो." तो म्हणाला.

"आज रात्री तू मला भेटलास. मी तुला भेटले." ती मोठ्या लाडिकपणे म्हणाली.

चिपची कळी खुलली. "ते सगळं तुझ्यामुळे. माझं कोणाशीही इतक्या चटकन जमत नाही. तू कॉमेडी क्लबमध्ये एकटीच आली होतीस?"

"मी इथे एका कामासाठी आले होते. हॉटेलमध्ये बसून मला कंटाळा आला होता. मला कॉमेडी क्लबमध्ये जायला फार आवडतं; पण आज कोणाचीही कंपनी मिळाली नाही."

"आपण तिथेच थांबलो असतो."

जॉर्जिनाने एक घोट घेतला.

"चाललं असतं, पण तू म्हणालास की, तुला जॅझ संगीत आवडतं, तर म्हटलं डाऊनटाऊनला गेलो तर जास्त मजा येईल."

"तू म्हणालीस, तुझं इथं काही काम होतं." त्याने तिच्याजवळ जात विचारले.

"मी कॅलिफोर्नियातल्या एका बुटीकसाठी कपड्यांची खरेदी करते; पण मला ते काम मुळीच आवडत नाही. त्यापेक्षा ज्यात लोकांना मदत करता येईल असं काही काम करायला मिळालं तर मला आवडेल."

"मलासुद्धा तसंच वाटतंय. मी वॉल स्ट्रीटवर एका फायनान्स कंपनीत काम करतो; पण मला स्टँडअप कॉमेडी करून बघायचीये. त्यासाठीच मी आज लॅरीज लाफमध्ये आलो होतो."

"तू आरक्षण केलं होतंस?"

"नाही. मी सहज त्या बाजूला आलो होतो. हा कॉमेडियन नवीन काय करतो ते बघायचं होतं. लॅरीज लाफमध्ये कॉमेडी शिकवण्यासाठी वर्ग चालू करणार आहेत. त्यात नाव घालण्याचा विचार करत होतो. काय होईल ते होईल, पण थोडे दिवस जरा मजा येईल. फक्त माझ्या वडलांच्या कानावर जाईपर्यंत...." वडिलांची नक्कल करत तो पुढे म्हणाला, "ते म्हणतील की बेटा, तुझ्या शिक्षणावर मी एवढा खर्च केला आणि तुला हे कसले भिकेचे डोहाळे लागलेयत?"

"स्वतःचा निर्णय तू स्वतःच्या आवडीप्रमाणे घेतो आहेस. ग्रेट!"

जॉर्जिना हसली. ड्रिंक्सचे घोट घेत घेत त्यांच्या गप्पा चालल्या होत्या. बारमधील गर्दी आणि गडबड वाढत चालली होती. चिप आणखी एक मार्गारीटा घेऊन आला.

जॉर्जिना इकडेतिकडे पाहत म्हणाली, "आपण जरा बाहेर जाऊन एक फेरफटका मारू या का? तुझ्या भावी स्टँडअप कॉमेडीसाठी तुला काहीतरी मसाला मिळेल. तुझ्या पहिल्या कार्यक्रमाला मला पुढच्या रांगेत खुर्ची मिळाली पाहिजे बरं का?"

चिपचे डोळे आनंदाने चमकले.

"ज्या मुलींना मी स्टँडअप कॉमेडी करणार आहे म्हणून सांगितलं त्यांना मी एक चक्रम आहे असं वाटलं होतं. तू त्यांच्यातली नाहीस."

"कोण सांगतं तू चक्रम आहेस म्हणून?"

"असा कोणाचा पाठिंबा मिळाला की बरं वाटतं." चिप तिचा हात हातात घेऊन जिन्यावरून खाली उतरताना म्हणाला.

बाहेर आल्यावर ते डाव्या हाताला वळून सेकंड ॲव्हेन्युपर्यंत चालत गेले.

"तुला कुठे जायला आवडेल?" चिपने विचारले.

"असंच थोडं पुढे जाऊ. नंतर नदीच्या काठाने फिरायला मला आवडेल. अशा काळोख्या रात्री न्यूयॉर्कची क्षितिजरेषा कशी दिसते ते बघायला किती मजा येईल!"

"जैसे आपकी मर्जी." चिप म्हणाला.

त्याची वाणी जड झाली होती.

"माझ्या प्रिये, गुलबदन, आजची रात्र तुझ्यावर कुर्बान!"

जॉर्जिना किंचित हसली. त्याच्यावर मद्याचा अंमल होत असलेला पाहून तिला बरे वाटले. ती तिचा पेला हळूच त्याच्या पेल्यामध्ये ओतत होती ते त्या भोळसटाला कळलेसुद्धा नव्हते.

## ११

कॉनरॅड त्याच्या माजी पत्नी पेनीशी फोनवर जे बोलत होता, त्याने त्याचा मनस्ताप वाढला. साळसूदपणाचा आव आणून टोचून कसे बोलावे, यात पेनी वस्ताद होती.

आणि त्यात कॉनरॅडला वाटायचे, 'आपली लायकीच ती आहे!' पेनी एक अतिशय आकर्षक स्त्री होती. जोपर्यंत तो म्हातारचळाने लॉरेनसारख्या कैदाशिणीच्या कचाट्यात सापडला नव्हता, तोपर्यंत त्यांचा संसारही सुखाने चालला होता.

"ती लॉफ्ट विकल्यामुळे तिने मुद्दामच ते लक्झरी हॉटेल निवडलं असणार." पेनी हळूच म्हणाली, "मी ऐकलंय की, त्यांचे दरसुद्धा अवाच्यासव्वा आहेत. ही बया तिला दुसरी जागा मिळेपर्यंत तिथं ठिय्या देऊन बसणार आहे की काय?"

"नाही. मी तिला तसं करू देणार नाही." कॉनरॅड ठासून म्हणाला.

"तुम्हाला काय वाटतं? ती ग्रीनीचमध्ये राहायला येईल? इथे खूप चांगली घरं मिळतील."

"तुला माहितीये की, तिला डाऊनटाऊनमध्येच राहायला आवडतं."

"ते एक बरंय म्हणा. तुमच्याशी इथे येताजाता तिची गाठ पडायला नको. तुम्हाला तुमची स्वतःची अशी काही जागा हवी की नको?" पेनी थोडे खाकरून म्हणाली, "आता एक विसरू नका. पुढच्या आठवड्यात शनिवारी ॲलेक्सीच्या एकविसाव्या वाढदिवसाची पार्टी आहे."

"मी विसरलेलो नाही."

"छान! मी रॉडला आणि त्याच्या माणसांना आज बोलवलं होतं. त्यांनी बागेची आणि घराची थोडी साफसफाई करून घर अगदी चकाचक करून दिलं. किती नीट आणि छान काम करून दिलं त्यांनी!"

"रॉड बांधकामाचा ठेकेदार आहे. मला वाटत नाही तो असली कामं करेल."

"न करायला काय झालं? पैसे मोजले की, सगळी कामं होतात. दोन दिवसांचं तर काम आहे. बिल पाठवून देईन. ते द्या म्हणजे झालं."

कॉनरॅड वैतागला. लवकरच दोन माजी पत्नींचा घरखर्च त्याच्या बोकांडी बसणार होता.

"बऱ्याच दिवसांनी रॉड भेटला. तुमच्या जुन्या शेजाऱ्यांचं काम तो करतोय ते तुम्ही मला सांगितलं नाहीत?"

"त्यांना एक चांगला ठेकेदार हवा होता. आपल्या घरात रॉडने पूर्वी चांगलं काम केलं होतं. पण मी माझं तोंड बंद ठेवायला हवं होतं. त्याला नसत्या पंचायती काय करायच्या आहेत?"

"त्याने नाही केल्या डार्लिंग! तो एवढा चांगला आहे!"

"वेळेवर उगवला तर चांगला. त्याने तुझं काम संपवलं का?"

"त्याने आज आणि उद्या असे दोन दिवस लागतील, असं सांगितलं आहे. त्यांनी रात्री उशिरापर्यंत काम केलंय. जेव्हा ब्लॅकआउट झाला तेव्हा ते घरी जाण्याच्या मार्गावरच असतील."

पेनीला जांभया येत होत्या.

"ओ.के. डार्लिंग! लॉरेनबाई पुन्हा टीव्हीवर आल्या तर रेकॉर्ड करून ठेवू का?"

"त्याची गरज पडणार नाही. गुड नाइट पेनी!"

कॉनरॅडने फोन ठेवला. आणखी एक पेग मारण्याचा मोह त्याने आवरता घेतला. बारच्या मागील आरशात त्याचे प्रतिबिंब पडले होते. तो रुबाबदार दिसत होता. उतार वयातही त्याने आपली शरीरयष्टी बांधेसूद ठेवली होती; पण त्याच्या चेहऱ्यावर प्रचंड ताण आणि थकवा दिसत होता. तो त्याच्या आवडत्या अँटिक डेस्कवर बसला. लालचुटुक चामड्याने मढवलेला डेस्कटॉप, नाजूक काम केलेला चायना लँप आणि मो ब्लांकचे पेन पाहून त्याला बरे वाटले. जे करायला पाहिजे होते ते करण्यासाठी त्याने आता कंबर कसली. स्प्रेकल आजोबा म्हणायचे की, जेव्हा जेव्हा धंद्यात कठीण प्रसंग यायचा तेव्हा मी स्वयंपाकघरात जाऊन चॉकलेटची नवीन बॅच घ्यायला सुरुवात करायचो. आमच्या बहुतेक उत्कृष्ट कृती मी अशा अडचणीच्या वेळीच शोधल्या आहेत.

कॉनरॅडने मान वर करून आपल्या आजी-आजोबांच्या पोर्ट्रेटकडे पाहिले. ते पोर्ट्रेट केले तेव्हा त्यांच्या लग्नाचा पन्नासावा वाढदिवस होता. स्प्रेकल्स चॉकलेटच्या नफ्याचा केवढा हिस्सा त्यांच्या दोन्ही नातवांना कॉनरॅड व विन्स्टन यांना आपल्या माजी पत्नींना पोटगी म्हणून द्यावा लागतो, हे जर त्यांना कळते तर त्यांना केवढा मनस्ताप झाला असता! निदान विन्स्टन तरी आता त्याच्या दुसऱ्या बायकोबरोबर सुखात होता.

'लॉरेनला मी माझं दिवाळं वाजवू देणार नाही.' कॉनरॅडने आपल्या आजोबांना वचन दिले.

त्याने चटकन टेबलाच्या खणामधून गेल्या काही वर्षांतील बँक स्टेटमेंट्स काढली. आपल्या खासगी व्यवहाराची संपूर्ण जबाबदारी त्याने अकाउंटंटवर सोपवली होती. त्याच्या अकाउंटंटनेच त्याला विवाहपूर्व करार करायला सुचवले होते.

'नशीब मी तिला सही करायला लावली. तिने त्यावर वाद घातला, पण निदान त्या वेळी तरी मी माझी अक्कल गहाण टाकली नाही. तिला फक्त पन्नास लाख डॉलर मिळणार आहेत.' स्टेटमेंट बघता बघता कॉनरॅडचा चेहरा लाल झाला. जो काही खर्च कॉनरॅडच्या खात्यावर टाकता येणार होता, अशी एखादी क्षुल्लक गोष्टसुद्धा तिने सोडली नव्हती. शक्य असते, तर गमस्टिकचे बिलही तिने त्याच्या नावे टाकले असते.

क्रेडिट कार्डची बिले कॉनरॅडच्या मंजुरीनंतर अकाउंटंटने भरली होती. कॉनरॅड वेळोवेळी तिला भरपूर रोख रक्कम द्यायचा. ती त्याचे काय करत होती देव जाणे! कारण सगळी खरेदी क्रेडिट कार्डावर होत होती. आता रेकॉर्डवरून नजर फिरवताना लक्षात येत होते की, गेल्या दोन वर्षांत याशिवाय तिने हजारो डॉलर्स बँकेतून काढले होते. न्यूयॉर्कमधल्या एटीएममधून पाचशे, तर ग्रीनीचमधल्या एटीएममधून सहाशे. अकाउंटंटने इकडे त्याचे लक्ष का वेधले नव्हते? कॉनरॅडने खणामधून कॅलक्युलेटर काढला आणि बेरीज केली. सगळे मिळून सत्तर हजार डॉलर भरले.

"हे सगळे पैसे गेले कुठे?" तो किंचाळला, "कुठेतरी लपवून ठेवले असतील, नाहीतर मला माहीत नसलेल्या एखाद्या बँक खात्यामध्ये चोरून भरले असतील."

त्याने डोके हलवले आणि पुटपुटला, "तिने हे पैसे नक्कीच लपून ठेवले असणार. आपले लग्न टिकणार नाही, हे गृहीत धरूनच ती वागत होती की काय?"

तो आपल्या डेस्कवरून ताडकन उठला आणि रूमच्या बाहेर गेला. आपल्या आजोबांच्या तसबिरीकडे बघायचीसुद्धा त्याला लाज वाटत होती. एवढा कसा तो निष्काळजी झाला होता!

'तिने या घरात पैसे लपवून ठेवले असतील तर मला ते शोधून काढलेच पाहिजेत.' प्रत्येक खोली पिंजून काढेन. जिन्याजवळ येताच तो वाटेत थांबला. 'तिने त्या लॉफ्टमध्ये तर पैसे ठेवले नसतील?' पण त्याने तिथल्या सगळ्या वस्तू ती येण्याच्या पूर्वीच झाडून नेल्या होत्या. तिने मागे ठेवलेल्या सगळ्या वस्तू – तिचे कपडे, पर्स, योगामॅट सगळे काही त्याने गेस्टरूमध्ये आणून ठेवले होते.

त्या लॉफ्टविषयी विचार करण्यात काही अर्थ नाही. त्याने जिन्याचा कठडा पकडला आणि पायऱ्या चढू लागला. त्याला वाटले पैसे तिथेच कुठेतरी असतील.

स्प्रेकल आजोबा म्हणायचे, "विषय फक्त पैशांचा नसतो, तत्त्व महत्त्वाचं!"

'आजोबा, तुमचं म्हणणं बरोबर आहे.' कॉनरॅडला वाटले.

तो सरळ गेस्टरूममध्ये गेला आणि लॉरेनच्या अस्ताव्यस्त पडलेल्या डिझाइनर हँडबॅग एका मागोमाग एक तपासायला त्याने सुरुवात केली.

## १२

ब्लॅकआउट होण्याच्या वेळी रॉड आणि त्याचे दोन कारागीर व्हॅनमधून आपापल्या घरी चालले होते. फ्रँक आणि वॅली त्याच्याकडे बऱ्याच वर्षांपासून काम करत होते. दोघेही वयाने तिशीच्या आसपास आणि अविवाहित होते. रॉडची चाळिशी उलटली होती आणि तो दोन मुलांचा बाप होता. ते तिघेही लहानपणापासून न्यूजर्सीच्या उत्तरेला जवळजवळ राहत.

''हे काम अगदी सोपं होतं. नाही?'' रॉड हायवेवरून जाता जाता म्हणाला, ''शिवाय मिसेस स्प्रेकलनी जेवायला चांगलं आणि भरपूर केलं होतं. त्याच्या उलट क्लाएंट तर पाणीसुद्धा देत नाहीत.''

''त्यांना गप्पा मारायला खूप आवडतं.'' फ्रँक म्हणाला.

''त्यांचा स्वभावच तसा आहे.''

रॉड मनापासून हसला. तो नेहमी हसतमुख असायचा. वास्तविक त्याच्यासारख्या माणसाला नेहमी लोकांच्या शिव्यांचा धनी व्हावे लागत असे. कधी ठरल्या वेळी भेटायला जमत नसे, तर कधी काम वेळेत पूर्ण होत नसे. रॉड ते कधी मनाला लावून घेत नसे. प्रसंग कोणताही असो, त्याच्या चेहऱ्यावरचे हास्य मावळत नसे. जेव्हा त्याचे काम पूर्ण होई, तेव्हा ते उत्कृष्टच असे. क्लाएंट त्याच्या कामावर खूश झाले की, मग ते त्यांचा राग विसरत आणि त्यांच्या मित्रांकडे रॉडच्या नावाची शिफारस करत.

''बाई किती बोलत होत्या!'' फ्रँक म्हणाला, ''मला वाटलं दहा-एक वर्षांपूर्वी त्यांच्याकडे काम केलं होतं. तेव्हापासून आजपर्यंत त्यांच्या आयुष्यात जे काही घडलं ते सगळं आपल्याला सांगणार आहेत की काय? त्यांच्या माजी नवऱ्याच्या लॉफ्टविषयीसुद्धा किती चौकशी करत होत्या!''

पाठच्या सीटवर बसलेल्या वॅलीच्या पोटात गोळा आला. त्याचे सर्व शरीर ताठ झाले. त्या लॉफ्टमधील छुपी तिजोरी उघडण्यासाठी त्याचा मित्र आर्थर आज रात्री त्या लॉफ्टवर जाणार होता. गेल्या आठवड्यात सापडलेल्या तिजोरीविषयी वॅलीने त्याच्या बॉसला काही सांगितले नव्हते.

काम चालू असताना एखादा छुपा खनिजा मिळावा, असे सगळ्या कंत्राटदारांचे

एक स्वप्नरंजन असते. भिंतीमध्ये लपवलेली रोख रक्कम, फरशीखाली ठेवलेले दागदागिने, अडगळीच्या खोलीत एका कोपऱ्यात साध्या कागदात गुंडाळून ठेवलेली चांदीची भांडी; ज्याचा मालकाला पत्ता नाही असा खजिना! कदाचित त्याच्या पहिल्या मालकाने ठेवला असेल आणि विसरला असेल किंवा कोणाला सांगण्यापूर्वीच मृत्यूने त्याला गाठले असेल.

काही वर्षांपूर्वी वॅलीला औषधांच्या कपाटामागे लपवलेला हिऱ्यांचा हार मिळाला होता. त्याने तो सरळ आपल्या खिशात घातला. नंतर कोणीही त्या हाराची चौकशी किंवा साधा उल्लेखसुद्धा करताना दिसले नव्हते. ज्या कोणी तो हार तिथे ठेवला असेल तो पूर्वीच मयत अथवा परागंदा झाला असावा, असा विचार करून त्याने स्वत:चे समाधान करून घेतले. या प्रसंगानंतर त्याची भूक वाढली; पण त्यानंतर जी कामे त्याने केली त्या सगळ्यात त्याच्या पदरी निराशाच आली. इतक्या वेळा की, त्याला वाटले, असे पुन्हा कधी घडणारही नाही; पण मागच्या शुक्रवारी त्याचे नशीब फळफळले.

वॅलीने रैलीच्या लॉफ्टमधील फडताळाची तपासणी करण्याच्या उद्देशाने आत ठेवलेला इटालियन टाइल्सचा जड खोका ओढला. काहीतरी विचित्र आवाज झाला. त्याला वाटले एखादी टाइल फुटली असेल; पण खोका ओढून पूर्ण बाहेर काढल्यावर पाठीमागची छुपी फळी निघून पुढे पडली आणि फळीमागे लपवलेली तिजोरी त्याला दिसली. चावी तिजोरीच्या दारालाच लटकत होती.

त्याच्या छातीत धडधडू लागले. फ्रँक आणि रॉड गच्चीवर गेले होते. हा शोध त्याच्या एकट्याचा होता. काही फायदा होणार नाही हे ठाऊक असूनही वॅलीने पुढे वाकून किल्ली फिरवून पाहिली. कुलूप उघडण्यासाठी पासवर्ड किंवा मालकाच्या बोटाच्या ठशाची आवश्यकता होती. दोन्हीही गोष्टी त्याच्या हाती लागणे तसे कठीणच होते; पण त्याला असा एक माणूस माहीत होता की, त्याची मदत होऊ शकली असती.

वॅली स्वत:लाच समजावत होता. 'या तिजोरीविषयी रैली दांपत्याला काहीच ठाऊक नसावं. नाहीतर त्यांनी किल्ली तिथेच सोडून दिली नसती.' शिवाय त्यांनी त्याला त्या जागी नवीन कपाट करायला सांगितले होते, तेव्हासुद्धा त्यांनी या छुप्या तिजोरीचा उल्लेख केला नव्हता. कॉनरॅड स्प्रेकलविषयी तर प्रश्नच नव्हता. ज्याने घरामधले सामान हलवताना एका दमडीची वस्तूसुद्धा मागे सोडली नव्हती, तो तिजोरी तशीच सोडणार?

वॅलीची खात्री पटली. त्याला फार मोठा खजिना त्या तिजोरीत सापडणार होता. त्याने चटकन मागची छुपी फळी बसवून टाकली आणि टाइल्सचे खोके पूर्ववत रचून ठेवले. रॉड कोणत्याही क्षणी तिथे आला असता. रॉडच्या नकळत

त्याने घराच्या चाव्यांचा एक संच बनवून ठेवला होता. त्याचा आता फायदा झाला असता. मागे त्याला एक रत्नहार मिळाला होता. तेव्हापासून तो जिथे कामाला जाई त्या घराच्या डुप्लिकेट चाव्या तो बनवून ठेवी.

वॅलीला घरी जाईपर्यंत धीर धरवत नव्हता. रॉडच्या गाडीतून उतरल्याबरोबर तो धावतच आत गेला. त्याने ताबडतोब त्याचा मित्र आणि पोकरचा भिडू आर्थरला कोपऱ्यावरच्या बारमध्ये बोलवले. आर्थरला गणितात गती होती आणि तो संगणकतज्ज्ञ होता. कोडी सोडवणे आणि नवनवीन खेळणी, गिझ्मो हाताळणे त्याला मनापासून आवडे. फुकटचे प्यायला मिळतेय म्हटल्यावर त्याने ताबडतोब उडीच मारली. त्याच्या आवडीची बिअर त्याच्या टेबलावर आली; पण वॅलीच्या योजनेप्रमाणे त्याला त्या लॉफ्टमध्ये जाऊन तिजोरी उघडायची आहे, हे जेव्हा त्याला कळले तेव्हा त्याने त्याला साफ नकार दिला.

"ही अशा प्रकारची जोखीम मी घेणार नाही." त्याने ठामपणे सांगितले.

त्याचे डोळे अचंब्याने विस्फारले. त्याने मान हलवली.

"आर्थर, आपल्याला चार पैसे मिळतील. तुला एखाद-दुसरा नवा संगणक घेता येईल."

आर्थरचे डोळे चमकले. ज्या बिअरचे पैसे वॅलीने दिले होते त्या फेसाळ बिअरचा एक घोट त्याने शांतपणे घेतला.

"तू ज्या वेळेला तेथे काम करत असशील तेव्हा मला का बोलवत नाहीस? कधीकधी तू एकटाच असतोस ना?"

"या कामात तशी संधी मिळणार नाही आणि ज्यांच्या मालकीची ही लॉफ्ट आहे ती नवरा-बायको तिथे राहतात. आमचं काम चालू असताना बऱ्याच वेळा ती बाई घरी असते."

"आता ते तिथे नाहीत की काय?"

"ते थोड्या दिवसांसाठी बाहेरगावी गेले आहेत. रॉड म्हणालाय की, पुढच्या बुधवारपर्यंत आपल्याला तिथे जायचं नाहीये."

रेगन रैली रॉडची माणसे मंगळवारी येतील असे धरून चालली होती, ते वॅलीला माहीत नव्हते.

आर्थरने निग्रहाने नकार दिला, बिअर संपवली आणि घरी जाऊन संगणकावर बसला. शनिवार आणि रविवारी वॅलीने पुन्हा प्रयत्न केला. आर्थरने आपला हेका सोडला नाही. वॅलीने पाजलेल्या सगळ्या बिअर रिचवल्या तरीही त्याच्या चेहऱ्यावरील रेषाही हलली नव्हती.

आणि आजच त्याने माजी मिसेस स्प्रेकल्सच्या तोंडून ऐकले होते की, आजी मिसेस स्प्रेकल्स लंडनवरून घरी परत यायला निघाल्या होत्या. घर विकले होते,

हे त्यांना माहीत नव्हते आणि घर विकल्याचे त्यांना न आवडण्याची शक्यताही होती, कारण त्या घरामध्ये एकट्याने राहत होत्या. त्यांच्या पतीराजांशिवाय.

तिजोरी तिची असली पाहिजे, हे वॅलीच्या ताबडतोब लक्षात आले आणि त्यामुळे जे काही करायचे ते तत्काळ करणे भाग होते. 'त्यात काही मौल्यवान वस्तू असतील तर त्या मिळवण्याचा प्रयत्न ती आल्याबरोबर करेल. आपल्याला तिच्या अगोदर हात मारायला हवा.' वॅलीच्या मनात शंकेची पाल चुकचुकली. 'हे काही दुसऱ्याची मागे विसरलेली वस्तू घेण्यासारखं नाही. ही तर राजरोस केलेली चोरी झाली!' पण त्याच्या मानेवर भूत स्वार झाले होते. त्यामुळे तो सारासार विवेक गमावून बसला होता. पाय मोकळे करण्याच्या निमित्ताने तो मिसेस स्प्रेकल्सच्या परसबागेत गेला आणि तिथून त्याने आर्थरला फोन केला. नशिबाने आर्थर रविवारच्या अश्वशर्यतीत भरपूर पैसे हरला होता. घोड्याची जातकुळी, मालक, ट्रेनर, जॉकी, पूर्वेतिहास वगैरे सगळ्यांचा किस पाडून केलेल्या आकडेमोडीनुसार एकही घोडा विन किंवा प्लेसमध्ये येऊ शकला नव्हता. नाइलाजाने त्याने रात्री लॉफ्टमध्ये जाण्याचे कबूल केले. त्याने वॅलीला लॉरेनची जन्मतारीख शोधायला सांगितली. बहुतेक लोक एटीएम, पीसी, नेटवर्क ते सिक्युरीटी अलार्मसाठी जे पासवर्ड वापरतात, त्यात जन्मतारखेचा वापर करतात. असे करणे मूर्खपणाचे आहे, हे माहीत असूनसुद्धा.

"जर पासवर्डची उकल झाली नाही, तर आपण घण घालून तिजोरी फोडू. आमच्या आजीचे दागिने माळ्यावर अडगळीच्या पेटीत सुरक्षित होते. विम्याचे कव्हर मिळण्यासाठी तिने तिजोरी घेतली. चोरांनी ती हातोड्याने फोडली. चोरी झाल्यावर एखाद्या चेपलेल्या टिनपॉटसारखी दिसत होती ती."

वॅलीने फोन ठेवला आणि तो घरात गेला. स्प्रेकल बाईंकडे थोडीशी विचारपूस करताच त्याला कळले की, लॉरेन गेल्या एक जानेवारीला तीस वर्षांची झाली होती, तरीही त्या बयेचे अभिनेत्री म्हणून अजून नाव झालेले नव्हते. लॉरेन त्यांच्या मुलीपेक्षा फक्त नऊ वर्षांनी मोठी होती. कॉनरॅडला जनाची नाही तरी मनाची लाज वाटायला हवी होती.

वॅलीने लगेच आर्थरला माहिती पुरविली. आता रॉडच्या गाडीतून घरी परत जाताना त्याच्या छातीत धाकधूक होत होते. काही विपरीत घडले असते आणि ते पकडले गेले असते तर....!

तो विचारात असतानाच हायवेवरचे दिवे गेले. रॉडने रेडिओ लावला आणि त्यांना ब्लॅकआउटची बातमी कळली. रॉडने घरी बायकोला फोन केला. दिवे गेले होते, पण त्याची बायको, मुले सर्व ठीकठाक होते. फ्रँक आणि वॅली एकटेच होते. त्यांनी कोणालाही फोन केला नाही.

थोड्या वेळाने वॅलीचा फोन वाजला. त्याने पाहिले, आर्थरचा फोन होता. त्यांचे संभाषण रॉड आणि फ्रँकच्या कानावर पडण्याची जोखीम तो पत्करू शकत नव्हता.

"तू तो फोन घेणार आहेस की नाही?" रॉडने विचारले, "कोणीतरी तुझी चौकशी करत असेल, नाहीतर कोणालातरी तुझी गरज असेल."

"माझी गरज कोणालाही पडत नाही." वॅली फोनचे सायलेंट बटण दाबत म्हणाला, "किंवा कोणालाही माझी फिकीर नाही."

फ्रँकने डोळे मोठे केले.

"ए! असं कसं म्हणतोस?" फ्रँक हसत म्हणाला. "मी पैज लावून सांगतो की, हा जो कोण तुला फोन करतोय तो तुझ्याशी संपर्क साधायला अगदी तडफडतोय."

खरे काय ते गुलदस्त्यातच राहिले. जो काही घोटाळा झाला होता त्यामुळे टेलिफोनच्या दुसऱ्या टोकाला आर्थर संतापला होता. हडसन नदीच्या काठी पार्क केलेल्या त्याच्या गाडीत सुरक्षित बसून तो वॅलीला फोन लावण्याचा प्रयत्न करत होता. वॅलीला खाऊ की गिळू, असे त्याला वाटत होते. कारण वॅलीने त्याला घरमालक केव्हा परत येणार आहे त्याची चुकीची माहिती दिली होती. त्यात त्याची स्टनगन हरवल्यामुळे तो जास्तच घाबरला होता. तो नेब्रास्कामध्ये त्याच्या आजीला भेटायला गेला असताना त्याने ती इंटरनेटवरून खरेदी केली होती. स्वसंरक्षणासाठी, एक आजीसाठी आणि एक स्वतःसाठी. जर कोणी शोधून काढले असते, तर त्या स्टनगनच्या मालकाचा पत्ता लावणे सहज शक्य होते.

"फोन घे." वॅलीच्या व्हॉइस रेकॉर्डिंगमध्ये ओरडून आर्थर म्हणाला, "गाढवा, फोन उचल पहिला."


## १३


लॅरिज लाफमध्ये बारटेंडर केंट ग्लास पुसायच्या छोट्या टॉवेलने घाम पुसत बसला होता. रेगन, बेकी, किट आणि बिली त्याच्याबरोबर बसले होते. बारटेंडर केंट दिसायला देखणा होता आणि त्यांच्या गिऱ्हाइकांचा, विशेषतः स्त्रियांचा खूप आवडता होता.

"गिऱ्हाइकाची ऑर्डर, बिल सगळं काही गडबड न होता या काळोखात करणं काही सोपं काम नाही." केंट थांबून पुढे म्हणाला, "तुमचं प्रकरण खूपच गंभीर दिसतंय."

"तसंच आहे." रेगन म्हणाली, "ही जॉर्जिनाबाई आमच्या किटला सोडून त्या

सोनेरी केसांच्या तरुणाबरोबर टॅक्सीतून निघून गेली. बेकीने त्या दोघांना टॅक्सीत बसताना पाहिलं. तिच्या म्हणण्याप्रमाणे तो डावखुरा होता. तुम्हाला काही अधिक माहिती सांगता येईल का?''

केंटने टेबलावर बोटाने टकटक केले.

''किट आणि जॉर्जिना जेव्हा आत आल्या, तेव्हा खूप गर्दी होती. किट कुबड्या घेऊन चालत होती म्हणून माझ्या लक्षात आहे. पंधरा-वीस मिनिटांनी जॉर्जिना लगबगीने बाहेर गेली. तिच्या हातात न शिलगावलेली सिगारेट होती. मला वाटलं बाहेर जाऊन ती दोन झुरके मारेल आणि आत येईल. शो सुरू व्हायला आला होता. त्यामुळे बार काउंटरवरची गर्दी कमी झाली होती; पण ऑर्डरप्रमाणे ड्रिंक्स बनवण्याचं माझं काम चालू होतं. मी खिडकीतून बाहेर पाहिलं. ती सिगारेट हातात धरून तशीच उभी होती. बऱ्याच वेळा एखाद्याकडे नुसतं बघून कळतं की, हा हसणाऱ्यातला आहे की नाही. ती अगदी गंभीर वाटत होती. वाटलं, 'आज जर सगळे प्रेक्षक हिच्यासारखे असतील तर कॉमेडियनचं काही खरं नाही.' ''

''ती ज्याच्याबरोबर गेली, त्याला तू पाहिलंस का?''

''होय. मी पुन्हा तिच्याकडे पाहिलं तेव्हा तिच्याबरोबर एक तरुण होत; उंच. मला वाटतं सहा फूट सहा इंच तरी असावा. त्याचे सोनेरी केस नीट कापलेले होते. त्या दोघांकडे पाहून ते प्रेमात पडले असावेत, असं वाटत होतं.''

''त्याला पूर्वी कधी पाहिल्याचं आठवतंय का?'' रेगनने विचारले.

''नाही. असा उंच माणूस मी विसरलो नसतो.''

रेगनने डोक्याला हात लावला, ''त्याने आत येताना जॉर्जिनाला पाहिलं असेल. दिसायला सुंदर होती. बोलायला निमित्त म्हणून सिगारेट मागितली असेल.''

''नाहीतर जॉर्जिनानेच पुढाकार घेतला असेल बोलण्यात. तिचे सगळे बळी असे सोनेरी केसवालेच आहेत.''

रेगन बेकीकडे वळून म्हणाली, ''रिझर्वेशन करून आले नाहीत असे आज कोणी होते का?''

''तीन जणांचा एक ग्रुप आला नाही. त्यांनी रद्द करण्यासाठी फोनही केला नव्हता.''

''मला वाटतं तो त्या ग्रुपमधला नसावा. तुम्ही आयत्या वेळेला आलेल्या लोकांनासुद्धा घेता का?''

''जागा असेल तर; पण हल्ली सगळे शो फुल जातायत. लॅरीज लाफची खूप चर्चा होते आहे. निर्माता लॅरीने स्टँडअप कॉमेडी शिकवण्यासाठी वर्ग चालू केला आहे. पहिल्या वर्गाच्या जागासुद्धा भरल्या आहेत.''

''केंट,'' रेगन म्हणाली, ''तुम्ही म्हणालात ती दोघं एकमेकांच्या प्रेमात

पडलेले दिसत होते, असं तुम्हाला कशावरून वाटतंय?''

केंटच्या भुवया उंचावल्या.

"मी त्याला पाहिलं तेव्हा तो तिच्या केसात अडकलेलं झाडाचं पान किंवा तसंच काहीतरी काढत होता. हा, आणखी एक. त्याच्या हातात कॉलेजकुमार घालतात तशी एक मोठी अंगठी घातलेली होती, मध्ये एक मोठा रंगीत खडा असलेली. मी तशा अंगठ्या बऱ्याच मुलांनी घातलेल्या पाहिल्या आहेत; पण ही खूपच मोठी होती.''

"स्कूल रिंग?'' बिलीने विचारले. "हे तर काहीच नाही. मी शनिवारी दुपारी लॅरीशी बोलायला म्हणून थांबलो होतो. क्लब उघडायला जरा वेळ होता म्हणून आम्ही बारच्या समोर बसलो आणि मी रेस्टरूममध्ये गेलो. परत आलो तर लॅरीच्या पुढ्यात एक कागद होता. एक कॉलेजकुमार त्याच्या कॉमेडीच्या क्लासमध्ये नाव घालायला आला होता. त्याने त्याला क्लासमध्ये आता जागा नाही असं सांगून त्याचं नाव, पत्ता लिहून घेतला आणि त्याला परत पाठवलं. तो त्याला कॉलेजकुमार असं म्हणत होता, कारण त्याच्या हातात ती मोठी अंगठी होती.''

"तो उंच आणि सोनेरी केसांचा होता?'' किटने विचारले.

"मला कल्पना नाही. लॅरीलाच विचारायला पाहिजे.''

"विचारलं तर काही नुकसान होणार नाही.'' रेगन म्हणाली.

"मी थोड्याच वेळापूर्वी त्याच्याशी बोललो होतो. तो त्याच्या घरीच आहे. मीच त्याला फोन लावतो.'' केंटने पुढाकार घेतला.

दोन मिनिटांत केंट लॅरीशी बोलत होता.

सगळी पार्श्वभूमी सांगून झाल्यावर तो म्हणाला, "मी स्पीकर फोन चालू करतोय.''

त्याने फोन टेबलावर ठेवला.

"हॅलो लॅरी,'' रेगन म्हणाली, "बिली आम्हाला म्हणाला त्या दिवशी एक मुलगा तुमच्या क्लासमध्ये नाव घालायला आला होता. त्याला तुम्ही कॉलेजकुमार असं म्हणाला होता.''

"बरोबर आहे. मला आठवतंय.''

"तो दिसायला कसा होता?'' रेगनने विचाले.

"तो खूप उंच होता. मला वाटतं सहा फूट पाच इंच असावा आणि त्याचे केस सोनेरी होते.''

सगळ्यांची उत्सुकता ताणली गेली.

"तो एक अगदी चांगला मुलगा होता; नम्र आणि विनयशील. मला वाटलं इतक्या सीध्यासाध्या मुलाला स्टँडअप कॉमेडी जमेल की नाही?''

"बिली म्हणाला तुमच्याकडे त्याचं नाव, पत्ता लिहिलेला एक कागद

आहे.'' रेगनने विचारले.

''सॉरी, पण कागद कुठे ठेवला ते मला आठवत नाही.''

''त्याने त्या कागदावर आपली सही केली, ती कोणत्या हाताने ते आठवतंय?''

''तो डावरा होता. मी स्वत: डावरा असल्याने माझ्या पटकन लक्षात आलं.''

''आम्ही ज्या माणसाला शोधतोय तो हाच असावा.'' रेगन म्हणाली, ''त्याचं नाव तुम्हाला आठवतं का?''

''मला आठवतंय, कारण ते जरा वेगळं होतं. सिनेनट घेतात तशा टोपण नावासारखं. चिप जोन्स; पण त्याचा पत्ता वगैरे काही मला आठवत नाही.''

''फार छान! त्याचं नाव चिप जोन्स नक्की ना? आणखी काही सांगण्यासारखं आहे?''

''जाता जाता तो सहज म्हणाला की, अप्पर इस्ट साइडला तो राहतो.''

''धन्यवाद लॅरी! तुमची खूप मदत झाली.'' रेगन म्हणाली.

''तो एकदम चांगला मुलगा आहे. देव करो आणि त्याचं सगळं नीट होऊ दे.''

''आम्ही त्याला शोधण्याचा सर्वतोपरी प्रयत्न करणार आहोत. तुम्हाला अधिक काही आठवलं, माहिती मिळाली, मग ती कितीही क्षुल्लक असेना, मला ताबडतोब कळवा.''

रेगनने आपला सेल नंबर त्याला दिला आणि फोन ठेवला. तिने ताबडतोब फोन नंबरची माहिती मागवली. चिप जोन्सच्या नावे मनॅहॅटनमध्ये एकही फोन नोंदवलेला नव्हता. अप्पर इस्ट साइडवर सी. जोन्स नावाने कित्येक फोन होते. ''त्याचं खरं नाव वेगळं असेल. चिप टोपणनावासारखं वाटतंय.''

''आता काय करणार रेगन?'' किटने विचारले.

''तुझ्या हॉटेलमध्ये जाऊन जॉर्जिनाच्या कंपनीतल्या लोकांना विचारून पाहू काही जास्त माहिती मिळते का ते. अटलांटातल्या ज्या पोलिसांनी जॉर्जिनाच्या मैत्रिणीची चौकशी केली त्यांना मी फोन करून विचारते. हॉटेलच्या सुरक्षा कर्मचाऱ्यांनी परवानगी दिली तर तिच्या रूमवरून एक नजर फिरवू.''

''मी तुमच्याबरोबर येणार आहे.'' बिली ठामपणे म्हणाला.

''छान!'' रेगन म्हणाली आणि नंतर केंटकडे वळली, ''इथलं फोनबुक मला घेऊन जायला मिळेल का?''

''हो. बेलाशक घेऊन जा.''

''धन्यवाद! तुमची आणि बेकीची खूप मदत झाली.''

''मला अधिक काही आठवलं तर तुम्हाला फोन करीन.'' बेकी म्हणाली.

''फारच छान!'' रेगन जायला उठली. ''हॉटेलमध्ये जाईपर्यंत तुम्ही दोघं या

सगळ्या सी. जोन्सना फोन लावून बघा. तोपर्यंत मी जॅकला फोन करून सगळी माहिती देते.''


<h1 align="center">१४</h1>


चिप आणि जॉर्जिना पार्क ॲव्हेन्युमधल्या काळोख्या रस्त्यावरून चालले होते, तेव्हा चिपचा फोन वाजला.

जॉर्जिनाने त्याचा हात घट्ट धरला. ''फोन घेऊ नकोस.''

''का?'' त्याने हसत हसत विचारले.

''आजच्या रात्रीची मजा जाईल.''

''ओहऽऽ काहीतरीच काय!'' चिपने पट्ट्याला लावलेल्या केसमधून फोन काढला आणि कॉलर आयडी पाहून म्हणाला, ''माझा रूममेट फिलचा फोन आहे. एक मिनिट.''

चिप त्याच्या मित्राशी फोनवर गप्पा मारत होता तेव्हा जॉर्जिनाचा चेहरा भय आणि निराशेमुळे काळवंडला. चिप जरी तिच्या तावडीत आयताच सापडला असला तरी आजची रात्र काही सोपी जाणार नव्हती. इतर वेळी ती तरुणांना भुलवून तिच्या गाडीमधून फिरायला घेऊन जाई. तिने तिची हँडबॅग चाचपडून पाहिली. गुंगीच्या औषधाची बाटली त्यात होती. झोप येण्यासाठी ती त्यातलेच एक-दोन थेंब स्वत: घ्यायची. बॅगेच्या दुसऱ्या कप्प्यात लोखंडाची डागणी आणि लायटर होते. संधी मिळताच ती साधण्याची जय्यत तयारी तिच्याकडे नेहमीच असे.

''कुठे आहेस तू?'' चिपने विचारले, ''हाय, खूप धमाल चाललेली दिसतेय! पण मी एकाबरोबर आहे; नुसता भटकतोय. तुला नंतर फोन करीन.''

''तू रूममेटबरोबर राहतोस?'' चिप फोन ठेवत असताना जॉर्जिनाने सहज विचारले, ''तू कुठे राहतोस?''

''नाइनटीएथ स्ट्रीट ऑन ईस्ट. माझ्या घरापासून जवळच एक नवीन बार आहे. माझे सगळे मित्र तिथेच जातात. तुला चालत असेल तर आपणसुद्धा तिथेच जाऊ.''

''नको.'' जॉर्जिना लाडिकपणाने म्हणाली, ''त्यापेक्षा मला तुझ्याबरोबर एकट्याने फिरायला आवडेल.''

''मलासुद्धा तसंच वाटतंय.'' चिप म्हणाला आणि त्याचा सेलफोन वाजू लागला.

''तू तो फोन बंद का करत नाहीस?'' जॉर्जिना लटक्या रागाच्या

आविर्भावात म्हणाली.

"मी बंदच करतो." चिप कॉलर आयडी बघत म्हणाला, "माझ्या आईचा फोन आहे. या ब्लॅकआउटमध्ये माझी काळजी करत असणार."

त्याने बटण दाबून फोन घेतला.

"हॅलो मॉम! लाइन खराब दिसतेय. थांब मीच तुला फोन करतो."

त्याने फोन बंद करून आईच्या मेन येथील घरचा फोन लावला.

"चिप बेटा, तू ठीक आहेस ना?"

"मॉम, मी ठीक आहे. तुमच्याकडे दिवे आहेत का?"

"होय. आमच्याकडचे दिवे गेलेले नाहीत."

"माझी काळजी करू नकोस. आता मला जास्त बोलता येणार नाही. मी तुला उद्या फोन करीन."

"तू घरी आहेस का?"

"नाही. घरामध्ये खूप उकडतंय. सगळे जण बाहेर रस्त्यावर आले आहेत. एक प्रकारची मजाच चालू आहे, अर्थात जर ब्लॅकआउट फार वेळ राहिला नाही तर. डॅडना विचालंय म्हणून सांग."

"काळजी घे. बाय."

त्याने फोन ठेवला आणि स्विच ऑफ केला.

तो जॉर्जिनाकडे वळून म्हणाला, "आता आणखी फोन नकोत. प्रॉमिस!"

त्याने खाली वाकून तिच्या गालांचे चुंबन घेतले.

"आपण आता कुठे चाललो आहोत?"

जॉर्जिनाने आपले हात त्याच्या गळ्याभोवती गुंफले, "माझ्याकडे एक मस्त कल्पना आहे. एक शँपेनची थंडगार बाटली घेऊ आणि फिफ्थ ॲव्हेन्युवर सेंट्रल पार्कसमोरच्या एखाद्या बाकावर बसू. वूडी ॲलनच्या एखाद्या सिनेमातल्यासारखं वाटेल."

"तुला वूडी ॲलन आवडतो?"

"ॲनी हॉल माझा सर्वात आवडता सिनेमा आहे."

"त्याच्या सगळ्या कॉमेडीच्या टेप माझ्याकडे आहेत. तो खूप धमाल करतो. त्याच्यामुळेच मला स्टँडअप कॉमेडीमध्ये रस निर्माण झाला." चिप हसत म्हणाला, "माझ्या उंचीवरून मी तीन-चार विनोद अगोदरच तयार करून ठेवले आहेत."

"ते ऐकल्याशिवाय मी राहणार नाही." जॉर्जिना त्याच्या अंगावर रेलून म्हणाली, "तुझ्याबरोबर पार्कमधल्या बाकावर बसून शँपेनचे घुटके घेत घेत तुझे विनोद ऐकणं याशिवाय अधिक काय हवं?"

चिपने तिला पटकन मिठीत घेतले.

"आपल्या दोघांनाही वूडी ॲलन आवडतो हे ऐकून मला इतका आनंद झालाय म्हणून सांगू! वूडी ॲलनचे विनोद माझ्या पहिल्या मैत्रिणीच्या डोक्यावरून जात होते."

त्याने जॉर्जिनाच्या हातातून आपली मान सोडवून घेतली आणि तिच्याबरोबर तो चालू लागला.

"लिकर स्टोअर आता या वेळेला उघडी असतील की नाही, मला शंका आहे. नाहीतर आपल्याला एखादं हॉटेल नाहीतर रेस्टॉरंट शोधावं लागेल."

"आज एवढी धमाल येणार आहे!" जॉर्जिना हसत म्हणाली.

## १५

"तू हे कसं काय करणार आहेस?" लॉरेनने क्लेला विचारले.

क्लेने एक खोल श्वास घेतला. तो उठला आणि खिडकीजवळ गेला. एखाद्या विचारवंताने वैश्विक प्रश्नावर विचार करावा तशा रीतीने त्याने खिडकीबाहेरील घनदाट अंधारात जिथे सेंट्रल पार्क होते त्या दिशेने शून्यात नजर लावली.

हात हनुवटीखाली घेत गंभीर आवाजात त्याने हाक मारली, "लॉरेनऽऽ."

"येस."

"तुझ्याकडे त्या घराच्या चाव्या अजूनही आहेत का?"

"का बरं नसतील?" लॉरेनने अधीरतेने विचारले, "दोन तासांपूर्वी मला वाटत होतं की, मी अजून तिथे राहत आहे. किल्ल्या आहेत; पण आता त्यांचा उपयोग काय? त्यांनी कुलूप बदललं असेल."

क्लेने डोके हलवले. "लॉरेन, अगं त्यांनी कुलूप अजून बदललं नसेल. बऱ्याच वेळा नूतनीकरणाचं काम संपल्यावर लोक कुलूप बदलतात. तू किंवा तुझ्या त्या कँडीवाल्याने मध्ये येऊन धाड मारण्यासारखं काही असेल, असं त्यांना वाटण्याचं काही कारण आहे का?

"नूतनीकरणाचं काम चालू असेपर्यंत सर्व जण आपल्या किमती वस्तू कुलपात ठेवण्याची काळजी घेतात. त्यांना माहीत असतं की, कारागीर सारखे जात-येत असतात. त्यासाठी कंत्राटदाराकडे चाव्या द्याव्या लागतात. त्यामुळे सगळं काम आटपेपर्यंत कुलूप बदलण्याच्या फंदात कोणी पडत नाही. सगळं काम संपल्यावर कुलूप बदललं की, मग ज्या कोणा कोणाकडे पहिल्या चाव्या होत्या, त्या निरुपयोगी होतात."

लॉरेन उडाली.

"तू एकदम हुशार आहेस रे! हे सगळं आता इतकं सोपं वाटतं; पण त्यासाठी तुला किती डोकं चालवावं लागलं. नाही? आपण ताबडतोब तिथे जाऊ या."

क्लेने तिचे आभार मारत बिअरचा एक घोट घेतला. सध्या त्याला अशा स्तुतीची गरज होती. जो तो त्याला या ना त्या कारणांवरून बोल लावत असे.

त्याने खाकरून घसा साफ केला आणि म्हणाला, "पण एक गोष्ट आहे."

"काय?"

"दरवाजाला साखळी लावलेली आहे का?"

"नाही. कॉनरॅडने आणि मी लावायची ठरवली होती, पण राहून गेलं. कुलूप चांगलं मजबूत होतं, म्हणून आम्हाला फारशी काळजी नव्हती. नव्या मालकांनी साखळी लावली नसेल, अशी आशा करू या."

"जर त्यांनी कुलूप बदललं नसेल, तर ते काही साखळी लावायला जाणार नाहीत. आपण पहिल्याप्रथम तुझ्याकडील किल्लीने दार उघडायचा प्रयत्न करू. समज, अगदी वाइटात वाईट घडलं आणि आपण पकडले गेलो, तर तू सांगू शकतेस की, कॉनरॅडने मला जागा विकल्याचं सांगितलं होतं खरं, पण मला वाटलं की, तो बंडल मारतोय."

"माझी खात्री होती म्हणून मी तुलाच बोलवून घेतलं." लॉरेन आवेशाने म्हणाली.

तिने उठून केस सारखे केले आणि दोन हात मोराच्या पिसाऱ्यासारखे पसरून म्हणाली, "खरंच, तू अगदी हुशार आहेस. मला ती पत्रं आता मिळालीच म्हणून समज. जी काही रोख रक्कम मिळेल ती तुझी. आपण हा आनंद साजरा करू."

नाटकातील भूमिका चांगली वठली की, नटमंडळी जशी अभिनंदन करण्यासाठी एकमेकांना आलिंगन देतात त्या प्रकारे तिने क्लेला आलिंगन दिले. कोणाला वाटले असते की, नुकताच नाटकाचा प्रवेश पूर्ण करून ते विंगेत परतले आहेत.

क्लेचा उत्साह द्विगुणित झाला होता.

"त्यांच्या हातात मला सापडायचं आहे, असं नाही. कोण आहेत ते? ते घरी नाहीत याची आपण खात्री करून घेऊ."

लॉरेन मागे सरकली.

"म्हणजे? तू काय म्हणतोयस?"

" अगं, म्हणजे ती जागा ज्यांनी घेतली आहे ते कोण आहेत?"

"ते एक तरुण जोडपं आहे."

"नुसतं एक तरुण जोडपं काय अगं? त्यांना मुलं आहेत का? ते काय करतात? त्यांच्या सवयी काय आहेत?"

"त्यांना मुलं नाहीत."

“ते काय करतात? लॉरेन, तू काहीतरी लपवते आहेस. आणखी एक गोष्ट ऐक, तुला चांगला अभिनय करता येत नाही. त्यामुळे तू काहीतरी लपवते आहेस, हे कळून येतं.”

लॉरेन वळून बारकडे गेली आणि तिने तिचा ग्लास वाइनने भरून घेतला आणि डोळ्यांतून अश्रू गाळले.

“लॉरेन, काय झालं?” क्ले तिच्याजवळ गेला.

“त्याचा आता काही उपयोग नाही. मला माहीत आहे. तुला मदत करायची नाहीये.”

“मी नक्की तुला मदत करणार आहे. हे बघ, मला पैसे हवे आहेत. ती रोख रक्कम आणि दागिने विकून मिळणारे पैसे यांच्या आधारे मला सीरियलमध्ये काम मिळेपर्यंत तग धरता येईल.”

“तर मग ठीक आहे. पण मी जे तुला सांगणार आहे, त्याने तुला धक्का बसेल.”

“सांगून तर बघ.”

“तो न्यूयॉर्क पोलीस डिपार्टमेंटच्या मेजर केस स्क्वाडचा प्रमुख आहे आणि त्याची बायको खाजगी इनव्हेस्टिगेटर आहे, जॅक आणि रेगन रैली.”

क्ले डोळे मिचकावत म्हणाला, “माझी आई तिच्या आईने लिहिलेल्या रहस्यकथा वाचते.”

“मग तर फारच छान!”

“आईला वाटायचं तिच्या मुलीची नि माझी न्यूयॉर्कमध्ये कुठेतरी गाठभेट होईल.”

लॉरेन डोळे मोठे करत म्हणाली, “तुझी संधी थोडक्यात हुकली. दुसऱ्या कोणीतरी तिला पटवलं.”

“मला माहीत आहे. एखादी चांगली मुलगी मिळणं कठीण असतं. माझं नशीब तर अगदी फुटकं आहे. ज्या मुलींमध्ये मला रस असतो, त्यांना श्रीमंत मुलगा हवा असतो. जर मी व्यावसायिक नट असतो....”

“थोडक्यात काय, तर आपण दोघंही सध्या कठीण प्रसंगातून जात आहोत.” लॉरेन मध्येच म्हणाली. “त्या तिजोरीत जे आहे ते या क्षणी आपल्या दोघांच्या दृष्टीने खूप महत्त्वाचं आहे. तुझा पोटापाण्याचा प्रश्न मिटला की, तुला तुझ्या अभिनयाच्या कारकिर्दीवर पूर्ण वेळ लक्ष केंद्रित करता येईल. मी ती पत्रं जाळून नष्ट करेन, म्हणजे हॉलीवूडच्या माझ्या कारकिर्दीत नसती विघ्नं उपटण्याची शक्यता नाही.”

तिने वाइनचा एक घुटका घेतला. “अशा रीतीने आपल्या दोघांच्याही आयुष्याची

गाडी रुळावर येईल. माझी खात्री आहे.''

क्ले गांभीर्याने म्हणाला, ''तुझं बरोबर आहे. आपल्या दोघांच्या आयुष्याला इथून कलाटणी मिळणार आहे. आपल्याला ताबडतोब त्या घरात गेलं पाहिजे. माझं घरभाडं थकलंय. ब्लॅकआउटमुळे जॅक रैलीला कुठेतरी काम असणार आणि आपलं नशीब चांगलं असेल तर रेगनही घरी नसेल. तुझ्याकडे त्यांचा घरचा फोन नंबर आहे का? फोन करून ते घरी आहेत की नाही, ते बघता येईल.''

''पण त्यांच्याकडे कॉलर आयडी असेल तर?''

''त्याच्यासाठी वीज लागते.''

लॉरेनने सेलफोनमधून त्यांचा नंबर शोधून त्याला वाचून दाखवला.

त्याने तो नंबर फिरवला आणि म्हणाला, ''बहुधा हे दोघं सबवेमध्ये अडकलेल्यांची सुटका करण्याच्या कामात दंग असावेत.''

फोनची लाइन मिळाली. रिंग वाजू लागली. दोघेही श्वास रोखून ऐकत होते.

''वीज नसल्यामुळे आन्सरिंग मशीन काम करत नाहीये. ते नक्कीच घरी नाहीत.''

आणखी थोडा वेळ रिंग वाजत होती.

त्याने फोन बंद केला आणि म्हणाला. ''चल, तुझे ते उंच टाचांचे बूट चढव. ही संधी हातची दवडून चालणार नाही.''

लॉरेन पाय बुटात कोंबताना म्हणाली, ''मी आयुष्यात पुन्हा कधीही पत्रांचा हा उपद्व्याप करणार नाही.'' लॉरेन उत्तेजित झाली होती. ''पत्रं तर जाऊं दे, साधी किराणा मालाची यादीसुद्धा मी बनवणार नाही. ह्या माझ्या होणाऱ्या माजी नवऱ्याला मी चांगली अद्दल घडवणार आहे. त्याला माझ्याशी असं वागल्याचा पस्तावा होईल.''

''लॉरेन, एका वेळेला एकच गोष्ट करू या.'' क्लेने सूचना केली. ''आपल्याला एखादं स्वप्न पूर्ण करायचं असतं तेव्हा आपल्या वेंडॉल सरांनी काय सांगितलं होतं, ते विसरू नकोस.''

''कोणी काय म्हटलं आणि केलं होतं याने तुमचं चित्त विचलित होऊ देऊ नका. जे तुम्ही करायचं ठरवलं आहे ते पहिल्यांदा पूर्ण करा.''

''बरोबर.'' क्ले म्हणाला खरा, पण त्याच्या बोलण्यात आत्मविश्वास नव्हता. ''तिजोरीमधल्या वस्तू हाती लागेपर्यंत इतर सगळं विसरून मार्गक्रमण करत राहिलं पाहिजे.''

लॉरेनने पर्स उचलली आणि ती पुढे सरसावली. ''चला, ट्रिबेकाला जाऊ या.''

त्या आलिशान स्वीटमधून बाहेर पडताना क्लेला वाटले की, वेंडॉल सरांना

हे आवडले नसते. ते म्हणाले असते, ''तुम्ही चुकीचा मार्ग निवडलात तर तुम्हाला अधिक गंभीर प्रश्नाला तोंड द्यावे लागेल.'' पण त्याने तो विचार झटकून टाकला.

क्लेला ठाऊक होते की, तो चुकीच्या मार्गाने चालला आहे; पण त्याचे घरभाडे भरण्याची शेवटची तारीख उलटून दोन आठवडे झाले होते आणि भाडे भरण्याचा दुसरा योग्य मार्ग त्याच्यासमोर नव्हता.

## १६

रेगन, किट आणि बिली गाडीत बसल्यावर किटने जॉर्जिनाच्या बॉसला, डेक्स्टरला फोन केला. पण त्याचा फोन व्हॉईस मेलवर गेला, म्हणून तिने तिची सहकारी गेलला फोन लावला. तिने सांगितले की, ते सर्व जण गेट्स हॉटेलच्या बारमध्ये आहेत.

''दिवे गेल्याबरोबर जे टेबल समोर आलं, ते मी पकडलं.'' गेल फोनवर उत्साहाने सांगत होती, ''फ्रिज बंद पडल्यामुळे कोमट झालेली ड्रिंक्स आणि खराब होण्याची शक्यता असलेले अन्नपदार्थ हॉटेलवाले वाटत आहेत.''

''आम्ही ताबडतोब तिथे येतोय.'' किटने तिला सांगितले, ''आम्हाला डेक्स्टर आणि जॉर्जिनाच्या इतर मैत्रिणींशी बोलायचं आहे. त्यांना आम्ही येईपर्यंत थांबायला सांग.''

''नक्की सांगते.'' गेल उत्साहाने म्हणाली. नंतर हळू आवाजात म्हणाली, ''डेक्स्टर अगदी आऊट झालाय.''

''मला कल्पना आहे.''

किटने फोन ठेवला आणि तोंड वाकडे करून म्हणाली, ''ते सगळे बारमध्ये ठिय्या देऊन बसले आहेत. ही गेल म्हणजे अगदी....''

''जॉर्जिनाच्या सहकाऱ्यांना तिने बसवून ठेवलं की झालं.'' रेगन म्हणाली, ''नंतर मी जॉर्जिनाच्या खोलीवर एक नजर फिरवून घेईन.''

किट म्हणाली, ''मला वाटतं की, ती खूप वरच्या मजल्यावर राहते.''

''मला चालेल. तू तोपर्यंत ती गरम ड्रिंक्स घेत बारमध्ये बस.''

''मी तुमच्याबरोबर येईन.'' बिलीने तयारी दाखवली, ''मी तसा चांगला फिट आहे.''

किटने वळून त्याच्याकडे पाहिले. मागच्या सीटवर तो एकटाच बसला होता.

''आज रात्री तुम्ही माझ्याबरोबर आलात, ते बरं झालं की नाही?''

तो किंचित हसत म्हणाला, ''खरं सांगायचं म्हणजे मला तुमच्याबरोबर

आल्याचा आनंद झाला आहे. त्यात या बिचाऱ्या मुलाला आपण त्या चेटकीच्या तावडीतून वाचवू शकलो तर माझ्या आनंदात भरच पडेल.''

रेगनने काळोख्या रस्त्यावरून गाडी गेट्स हॉटेलच्या दिशेने डावीकडे वळवली.

''तुम्ही दोघं पटापट फोन करून टाका. फोन करून आपल्याला चिप जेन्स सापडेल असं नाही, पण ती एक शक्यता अजमावून बाद करता येईल. आजकाल सगळ्या तरुण मुलांकडे सेलफोन असतो. घरचा फोन कोण कशाला उचलेल? विशेषत: जी मुलं रूममेटबरोबर राहत असतात ती लँड लाइन घेतच नाहीत.''

पुढची दहा मिनिटे किट आणि बिलीने सगळ्या सी. जोन्सना फोन लावला. दोघांचे आन्सरिंग मशीनवर गेले. एका बाईने ब्लॅकआउटमध्ये चुकीच्या नंबरवर फोन करून त्रास दिल्याबद्दल बिलीचा उद्धार केला. काळोखात फोन शोधताना ती टेबलाला अडखळली होती. बाकीच्यांनी रॉंग नंबर म्हणून गुरगुरत फोन ठेवला.

फोन नंबरांची यादी संपल्यावर रेगन म्हणाली, ''हा मुलगा पोटापाण्याचा काय उद्योग करत असेल? त्याला कॉमेडी क्लासमध्ये नाव घालायचं होतं यावरून....''

''कॉमेडी क्लासमध्ये सगळ्या प्रकारची माणसं येतात.'' बिलीने सांगितले. ''त्यातल्या बऱ्याच जणांना विनोद कसा सांगावा, टायमिंग म्हणजे काय, याची काहीही कल्पना नसते. माझा सांगण्याचा उद्देश आहे की, कॉमेडी क्लासला येणारे कोणत्या क्षेत्रातून आलेले असतील, हे सांगणं कठीण आहे. तिथं स्टेजवर उभं राहून प्रेक्षकांना हसवणं किती कठीण असतं, ते बऱ्याच जणांच्या लक्षात येत नाही. त्यात प्रेक्षक चिडले असतील किंवा काही टारगट लोक प्रेक्षकांत बसले असतील तर बघायलाच नको!''

''चिप जोन्सचा विश्वास संपादन करण्यासाठी जॉर्जिना त्याने सांगितलेल्या प्रत्येक गोष्टीला हसून दाद देण्याचा प्रयत्न करत असेल,'' रेगन म्हणाली, ''मी पैजेवर सांगते.''

''ओढूनताणून आणलेलं हास्य हे न हसण्यापेक्षा फार भयंकर असतं! माझ्या अनुभवावरून सांगतोय.'' बिल म्हणाला.

''तू आता जे करतो आहेस ते मनापासून करतो आहेस ना?'' किटने विचारले.

''चौकशीला माझी काही मदत झाली तर मला आवडेलच. मला एवढंच म्हणायचं आहे की, कॉमेडी क्लासमध्ये नाव घालणाऱ्या लोकांचा खरा पेशा काय असेल, त्याचा अंदाज करणं खूप कठीण आहे. बरेच जण स्वत:चा आत्मविश्वास वाढवण्यासाठी येतात; पण कोणी हसलंच नाही, तर असलेला आत्मविश्वास गमावण्याची पाळी येते.''

''ओकेऽऽ'' रेगन मध्येच म्हणाली, ''किट, तुझ्या ब्लॅकबेरीवर इन्फॉर्मेशन मेन्युमध्ये आयएमडीबीच्या साइटवर जाऊन चिप जोन्सचा शोध घे. त्या साइटवर

शो बिझनेससंबंधी सगळ्यांची माहिती मिळते.''

चिप जोन्सचे नाव त्या साइटवर नव्हते.

गेट्स हॉटेलसमोर रस्त्यावर रेगनला पार्किंग मिळाले. हॉटेलच्या लॉबीमध्ये खूप उकाडा होता. मेणबत्तीच्या प्रकाशात सगळीकडे गोंधळ उडालेला दिसत होता. प्रवासी उभे होते. काहींना त्यांच्या रूममध्ये जाता येत नव्हते, तर काही त्यांच्या घरी जाऊ शकत नव्हते. बर्फाचे वादळ झाल्यावर विमानतळाची जी अवस्था होते तशी अवकळा हॉटेलला आली होती. काही जण तिथेच बैठक मारून हातातल्या मासिकाने वारा घेत होते.

किटने बारमध्ये बसलेल्या विमा कंपनीच्या लोकांना ओळखले. एका कोपऱ्यात तीन टेबले एकमेकांना जोडून घेऊन सर्व जण एकत्र बसले होते.

गेलने किटला हात केला. ''इकडे ये,'' तिने हाक मारली. ''तुला ड्रिंकमध्ये बर्फ नको असेल तर इथे बस.''

गेलने जॉर्जिनाचा बॉस डेक्स्टर आणि सहकारी मेलोनी यांच्याशी रेगन आणि बिलीची ओळख करून दिली.

''आपण जरा बाहेर जाऊ या का? इथे खूप गडबड आहे.'' रेगनने सुचवले.

बाहेर जाताना वाटेत रेगनने त्यांना थोडक्यात माहिती दिली, ''जॉर्जिनाने आणखी कोणाची शिकार करण्यापूर्वी आम्ही तिला शोधून काढणार आहोत. एरवीही या न्यूयॉर्क शहरात तिला शोधणं तसं कठीण होतं; पण या ब्लॅकआउटमध्ये तर महाकठीण! त्या मुलाचं नाव आम्हाला कळलंय; पण बाकी काही माहीत नाही. आता जॉर्जिनाविषयी तुम्ही काही सांगू शकाल का? मग ते कितीही क्षुल्लक असलं तरी हरकत नाही. डेक्स्टर साहेब, मला वाटतं आज संध्याकाळी तुम्हाला तिच्याविषयी माहिती विचारणारा फोन आला होता.''

डेक्स्टरने तोंड वाकडे केले. ''जॉर्जिनाच्या मैत्रिणीला अटक केल्यावर अटलांटा पोलिसांचा आमच्या कंपनीच्या अध्यक्षांना फोन आला होता. तिच्या मैत्रिणीने तिच्या जबानीत जॉर्जिनाचं नाव घेतलं होतं. अध्यक्षांनी ताबडतोब मला फोन केला आणि भेटायला बोलावलं. किट, तुला माहितीच आहे की, मी येऊन पोहोचायच्या आधीच जॉर्जिना दुसऱ्या बळीच्या मागावर गेली होती.''

''मला वाटतं, जॉर्जिना तिच्या मैत्रिणीबरोबर उचलेगिरीमध्ये सामील होती, यात काही फारसा संशय नाही.''

''नाही. तिला जरी पूर्वी शिक्षा झाली नसली, तरी सिक्युरिटी टेपमध्ये पुरेसा पुरावा आहे.'' डेक्स्टरने सांगितले.

''आणि तिच्या मैत्रिणीने असंही सांगितलं की, ती बारमध्ये सोनेरी केसांच्या तरुणांना भुलवून गुंगीचं औषध पाजते आणि त्यांच्या हातावर डागण्या देते. तिने

असं काही केलंय, याची उदाहरणं आहेत का?''

डेक्स्टर खाली फरशीकडे पाहत म्हणाला, ''असतील. मला आत्ताच अटलांटा पोलिसांचा फोन आला होता. रेगन, त्यांना तुमच्याशीसुद्धा बोलायचं होतं. जॉर्जिनाच्या मैत्रिणीने सांगितलं की, मागच्या महिन्यात तिने मियामीच्या एका तरुणावर तो प्रयोग केला. त्याच्या हाताचा पुरा सत्यनाश झाला होता. अटलांटा पोलिसांनी मियामी पोलिसांशी संपर्क साधला. त्या तरुणाने पोलिसात तक्रार केली होती; पण तोपर्यंत जॉर्जिना मियामी सोडून गेली होती. ती ज्या पद्धतीने डाग देते, त्यावरून ती अगदी भयंकर असली पाहिजे. तिच्या मैत्रिणीने सांगितल्याप्रमाणे पोलीस आता सर्व शहरात तपास करत आहेत, पण बऱ्याच ठिकाणी तिच्या बळींनी पुढे येऊन तक्रार नोंदवलेली नाही. मियामीतल्या त्या तरुणाला हातावर 'मी साप आहे.' अशी डागणी दिली होती. त्याने जॉर्जिनाचं बरोबर वर्णन केलं. अर्थात तिने त्याला आपलं खरं नाव सांगितलं नव्हतं.''

''हा तरुण पुढे का आला?'' रेगनने विचारले.

''त्याच्या बायकोने त्याला तक्रार करायला लावली.''

''तिची मैत्रीण जे सांगतेय ते खरं असलं पाहिजे.''

''येस मॅडम. तिच्या कबुलीजबाबामुळे उचलेगिरीच्या गुन्ह्याची शिक्षा थोडी सौम्य होईल, असं वाटतंय.''

''जॉर्जिनाबद्दल कुणाला आणखी काही माहिती आहे का?'' रेगनने विचारले.

''मेलोनी, तुझी आणि तिची चांगली ओळख होती ना?''

''तसं काही म्हणता येणार नाही. ती आमच्या कंपनीमध्ये लागून फार दिवस झाले नव्हते.''

''ती कधी तिच्या कुटुंबीयांविषयी बोलली होती?''

मेलोनी विचारात पडली. तिने ओठांचा चंबू केला. ''फक्त एकदाच. आपण होऊन ती कधीच बोलत नसे. एकदा माझ्या आजीच्या वाढदिवसाच्या निमित्ताने विषय निघाल्यावर ती म्हणाली होती की, तिची आणि आजीची खूप जवळीक होती; पण ती बारा वर्षांची असतानाच आजी वारली. जॉर्जिनाचे वडील ती पाळण्यात असतानाच गेले होते. तिची आई दर वेळी नव्या पुरुषांच्या मागे फिरत असायची.''

''तिच्या भावंडांबद्दल ती कधी बोलली होती का?''

''नाही. ती एकटीच होती.''

''जॉर्जिना किती वर्षांची असेल?''

''सत्तावीस.'' डेक्स्टर म्हणाला.

''तुमचं तिच्याविषयी काय मत आहे?'' रेगनने त्याला विचारले.

त्याने खांदे उडवले. "मला धक्का बसला. ती असं काही करेल, असं मला मुळीच वाटलं नव्हतं."

"ओ.के. मला त्या अटलांटामधील पोलीस डिटेक्टिव्हचा नंबर द्याल का?"

"नक्कीच."

त्याने खिशात हात घालून एक कागद काढला आणि रेगनच्या हाताात दिला.

"धन्यवाद! आणखीन काही असेल तर मला फोन करून सांगा."

तिने आपला फोन नंबर त्यांना दिला.

"आणखी एक." ती पुढे म्हणाली, "जॉर्जिना कशी दिसते ते किटला माहीत आहे; पण मला आणि बिलीला माहीत नाही. तिचा एखादा फोटो तुमच्याकडे आहे का?"

"माझ्याकडे आहे." मेलोनी ओरडून म्हणाली, "मागच्या कॉकटेल पार्टीच्या वेळी मी माझ्या सेलफोनने घेतला होता."

तिने तिच्या खांद्यावरच्या बॅगमधून फोन काढला आणि त्यांना तिचे दोन फोटो दाखवले.

ती ग्रुपफोटोत हसतमुख आणि आकर्षक दिसत होती. क्लोजअपमध्ये मात्र तिच्या डोळ्यांत विक्षिप्तपणाची छटा दिसत होती, असे रेगनला वाटले.

"थँक्यू. तुझी खूप मदत झाली." रेगन मेलोनीला म्हणाली.

"मी हवं तर तुमच्याबरोबर येऊ का?" मेलोनीने विचारले.

"नको. त्यापेक्षा माझ्याबरोबर वर चल. आपण जॉर्जिनाच्या खोलीवर एक नजर टाकू आणि नंतर तुला जमणार असेल तर लॉबीमध्ये बसून राहा. जॉर्जिना कदाचित परत येताना दिसली तर मला सांग."

मेलोनी गोंधळून गेली.

"त्याला खूप उशीर होईल. ती काही त्या तरुणाला घेऊन इकडे येणार नाही."

"तू म्हणतेस ते बरोबर आहे; पण समज तिने गुंगीचं औषध पाजून त्याला बेशुद्धावस्थेत न्यूयॉर्कमधल्या कोणत्यातरी रस्त्याच्या कडेला सोडून दिलं, तर ते जास्त धोकादायक होईल. त्यातच आज ब्लॅकआउट झालाय. काही झालं तरी आपल्याला तिला लवकरात लवकर पकडायला हवं."

"ओ.के. रेगन." मेलोनी म्हणाली, "रात्रभर बसावं लागलं तरी हरकत नाही; पण मी इथेच लॉबीमध्ये बसून राहीन."

"मीपण तुला कंपनी देईन." डेक्स्टर म्हणाला.

"ग्रेट!" रेगन म्हणाली. "जॉर्जिना कितव्या मजल्यावर राहत होती ठाऊक आहे?"

"बेचाळीस." मेलोनी म्हणाली, "तिने हॉटेलमधली सर्वात चांगली रूम पटकावली आहे."

# १७

जॉर्ज वॉशिंग्टन पुलाच्या दक्षिणेला न्यूजर्सीमधील एजवॉटर येथे जेव्हा रॉडने वॅलीला सोडले, तेव्हा तो अगदी कोलमडून गेला होता. नेहमीप्रमाणे फ्रँकने त्याला अगोदर सोडण्याचा आग्रह धरला. अपराधीपणाच्या बोचणीमुळे वॅलीने वाद घातला नव्हता. त्याचा फोन सायलेंट मोडवर होता. त्याने पाहिले. आर्थरने एकूण बावीस वेळा त्याला फोन लावण्याचा प्रयत्न केला होता. त्याच्याकडे काही चांगली बातमी नसावी. वाईट बातमी देण्यासाठीच लोक इतक्या निकराला येतात.

वॅली व्हॅनमधून उतरताना रॉड जे म्हणाला त्यामुळे आर्थरच्या फोन करण्यातील गांभीर्य त्याच्या लक्षात आले.

"वॅली, उद्या सकाळी मिसेस स्प्रेकल्सच्या घरी जाण्यासाठी मी तुला न्यायला येईन. त्यांच्या घरी जनरेटर आहे ते बरं आहे." रॉड हसून पुढे म्हणाला, "हा ब्लॅकआउट झाला तेही एका परीने पथ्यावर पडलंय. उद्या सकाळी रेगन रैलीला भेटायचं आहे. त्यांना सांगायला काहीतरी निमित्त हवंच होतं."

"आपल्याला रैलीकडचं काम उद्या करायचं होतं?" वॅलीने पडेल आवाजात विचारले, "मला वाटलं होतं त्यांच्याकडे बुधवारी जायचंय!"

"तेही करू. मध्येच हे मिसेस स्प्रेकल्सचं काम उपटलं. त्याला नाही म्हणणं शक्य नव्हतं." रॉडने हॉर्न वाजवला आणि निघून गेला. वॅली रस्त्याच्या एका टोकाला काळोखात उभा होता. त्याचे डोके चक्रावून गेले होते. त्याचे स्नायू आखडून गेले होते. तो कसाबसा घराच्या पायरीपर्यंत गेला आणि तिथे बसला. तिथे शेजाऱ्यांच्या हसण्याचा, बोलण्याचा आवाज ऐकू येत होता. आवारात पेटवलेल्या ग्रिलवर शिजणाऱ्या अन्नाचा वास येत होता. सगळे कसे अगदी स्वप्नवत वाटत होते; पण त्याला ते मेसेज तपासायचे होते.

आर्थरसारखा सौम्य प्रवृत्तीचा मित्रही त्याला ओरडून सांगत होता. बरं झालं रॉडच्या गाडीत त्याने मेसेज ऐकले नव्हते.

"मी तिथे असताना ती आली. ती गच्चीवर असताना मी दरवाजा बंद करून घेतला आणि पळालो. तुझ्या या लफड्यात मला का अडकवलंयस?"

वॅली सर्व मेसेज एका मागोमाग एक काढून टाकत होता. तेरावा मेसेज काढून टाकत असताना त्याला गाडीचा ओळखीचा आवाज ऐकू आला. वॅली ताडकन उडाला आणि घराची चावी शोधू लागला.

तेवढ्यात आर्थरने गाडी त्याच्या गल्लीत घातली आणि कचकचून ब्रेक लावून थांबवली. तो गाडीतून उतरला आणि त्याच्या दिशेने धावला.

"मूर्खा!''

"आत ये.'' वॅली चाचरत म्हणाला, "आपल्याला शेजाऱ्यांचं लक्ष वेधून घ्यायचं आहे का?''

"तुझ्या शेजाऱ्यांची पर्वा मी कशाला करू?''

"पर्वा केली पाहिजे. काही जणांचे कान खूप लांब असतात.''

वॅलीने दरवाजा उघडला व काळोख्या घरात शिरला.

"मला काही दिसत नाहीये. विजेरी किंवा एखादी मेणबत्ती मिळते का ते पाहतो.''

आर्थर धापा टाकत कोचावर बसला.

"माझी स्टनगन कुठेतरी पडली. रस्त्यावर नाहीतर त्या घरामध्ये. माझं मन सांगतंय ती घरामध्येच पडली असणार.''

"स्टनगन?'' वॅली किचनमधून म्हणाला, "तू स्टनगन घेऊन काय करत होतास?''

"तुला माहितीये की, मला गॅजेट्स घेण्याची हौस आहे. स्वरंक्षणासाठी चांगली असते म्हणून माझ्या आजीसाठी मी एक घेतली तेव्हा माझ्यासाठीपण एक घेऊन ठेवली.''

"न्यूयॉर्कमध्ये हे बेकायदा आहे.''

"मला माहीत आहे!''

वॅली वाढदिवसाच्या केकवर लावायची मेणबत्ती घेऊन बैठकीच्या खोलीत आला.

"तू घाबरू नकोस.'' हातातल्या मेणबत्तीचे मेण त्याच्या बोटांवर ओघळत होते. "मी सांगेन की, ती स्टनगन माझी होती आणि मी काम करत असताना तिथे विसरून आलो.''

"हे मूर्खपणाचं होईल. घरमालकाला कळलं आहे की, त्यांच्या घरात कोणीतरी घुसलं आहे.''

"तुझं म्हणणं बरोबर आहे. हे मूर्खपणाचं होईल. त्या रॉडबद्दल मला वाईट वाटतं.''

"रॉडबद्दल तुला वाईट वाटतं? माझ्याबद्दल काय?''

"इतकी वर्षं त्याने इमानदारीने काम केलं. हे प्रकरण बाहेर आलं तर त्याचा धंदा बुडेल.''

"तो तुरुंगात जाणार नाही माझ्यासारखा.'' आर्थर गुरगुरत म्हणाला.

त्याने त्याच्या कपाळावरचा घाम पुसला.

"मला मरणाचं उकडतंय.''

"ओ.के. ओ.के.'' वॅली म्हणाला, "मला एक कल्पना सुचली आहे. आपण शहरात परत जाऊ.''

"मी खूप अस्वस्थ आहे. मला गाडी चालवायला जमेल की नाही, ते सांगता येत नाही."

"मी माझी गाडी काढतो. तू जिथे गाडी पार्क केली होतीस तिथून तुझी स्टनगन शोधायला सुरुवात करू. माझी खात्री आहे आपल्याला मिळेल."

"आणि जर नाही मिळाली तर? आता ब्लॅकआउट आहे. रस्त्यावर तर एवढा काळोख आहे की काहीही दिसत नाहीये."

"ते मला काही माहीत नाही; पण मला असं वाटतंय की, आयत्या वेळेला काही सुचलं तर आपण लॉफ्टच्या जेवढं जवळ असू तेवढं बरं. वाटेत काहीतरी खाऊन घेऊ."

"खाऊन घेऊ? तुला झटका तर आला नाही ना?"

"मला इथं बसणं शक्य होणार नाही. पोटात कावळे ओरडत आहेत. शिवाय या मेणाचे मला चटके बसत आहेत."

"ती बाई कदाचित अजूनही गच्चीवर अडकली असेल." आर्थर म्हणाला.

"शक्यच नाही. ती बाई आणि तिचा नवरा दोघंही अगदी अट्टल बदमाश आहेत."

"आपल्यासारखे बदमाश?"

"मला काय म्हणायचं ते तुला कळलंय. तिच्या नवऱ्याने एव्हाना तिला सोडवलं असेल."

वॅलीने मेणबत्ती विझवली आणि म्हणाला, "आर्थर, चला. इथे बसून काही तुला तुझी स्टनगन परत मिळणार नाही."

"मला वाटतंय, आता खूप उशीर झाला आहे. जाऊ दे आता."

"तसं असलं तरी आपण जाऊन बघू. आर्थर...."

"काय?"

"तुझ्या गाडीतून तुझी हत्यारं बरोबर घ्यायला काय हरकत आहे? संधी मिळाली तर त्या तिजोरीवर एक प्रयत्न करून बघू."

"मूर्खा, ते कदापि शक्य नाही. मी माझ्या हत्यारांना स्पर्शसुद्धा करणार नाही."

## १८

कॉनरॅड स्प्रेकल्सने गेस्टरूममधल्या सामानाची वरखाली उलथापालथ करून पाहिली; पण लॉरेनने ढापलेली रोख रक्कम काही त्याला त्यात सापडली नाही. लॉरेनच्या कित्येक हँडबॅगचे किमतीचे लेबल अजून काढलेले नव्हते. त्या लेबलवरील

अवाच्यासवा किमती पाहून त्याचे डोके फिरले.

'मला तिनं गृहीत धरलं होतं. ही उधळपट्टी पाहून आजीच्या आत्म्याला काय वाटेल? लॉरेनने निव्वळ खरेदीसाठी म्हणून खरेदी केली होती. तिला या हँडबॅग परत मिळणार नाहीत. मी त्या ॲलेक्सीसला देईन. तिला ज्या आवडणार नाहीत, त्या दान करीन.'

मास्टर बेडरूममध्ये जाऊन त्याने लॉरेनचे कपाट तपासून पाहिले. तिथेसुद्धा पैसे नव्हते. महागड्या लिंगरी, स्कार्फ, स्वेटर्स वगैरेचे ढीग पडले होते. त्यातले निम्मे एकदाही वापरले नसतील.

कॉनरॅड त्याच्या राजेशाही पलंगावर हताश होऊन बसला.

'या घरात पैसे लपवायला एवढ्या जागा आहेत की, मी कितीही शोधले तरी ते पुरे पडणार नाही. तिचं बँकेत एखादं गुप्त खातं असेल. तिथे माझ्या पैशांवर ती व्याज कमावत असेल. आता ती न्यूयॉर्कमधल्या सर्वांत महागड्या ट्रीटॉप्स हॉटेलमध्ये राहायला गेली आहे आणि त्याचं बिल माझ्या नावे फाडतेय. ही जी माझी पिळवणूक चालली आहे, ती थांबवायला हवी. तिला दिलेलं क्रेडिट कार्ड रद्द करता येईल का, ते उद्या वकिलाला विचारून पाहिलं पाहिजे. ते नाही जमलं, तर तिच्या खर्चावर मर्यादा तरी घालून ठेवली पाहिजे. नाहीतर घटस्फोट मिळेपर्यंत माझं दिवाळं निघेल.'

त्याने टी.व्ही. चालू केला. ''माझं नशीबच फालतू आहे.'' तो स्वतःशीच म्हणाला, ''ही बया पुन्हा टी.व्ही.वर येईल.''

तेवढ्यात फोन वाजला. त्याने ताडकन उठून फोन घेतला. फोन ॲलेक्सीसचा होता, हे पाहून त्याच्या डोळ्यांत अश्रू दाटून आले. त्याने लॉरेनशी लग्न केल्यामुळे ती नाराज झाली होती आणि त्याच्यापासून दुरावली होती. तिचा फोन क्वचितच येई.

''हाय डॅडीऽऽ.''

''हाय स्वीटहार्ट. कशी आहेस?''

''मी ठीक आहे. आत्ता न्यूयॉर्कमध्ये आहे.''

''या ब्लॅकआउटमध्ये? तुझी आई बोलली नाही.''

''मी डोडी आणि माझ्या काही मित्रांबरोबर आहे. मी डोडीच्या बाबांच्या घरी आजची रात्र झोपणार होते; पण मला बरं वाटत नाही.''

''काय झालं?''

''इकडे एवढं भयंकर उकडतंय म्हणून सांगू! मला नीट श्वाससुद्धा घेता येत नाही. आम्ही बाहेर रस्त्यावर मजा करत होतो; पण अचानक मला बरं वाटेनासं झालं. मला तुमच्या घरी येऊन झोपायला आवडेल. तुमच्याकडे जनरेटरमुळे एसी चालू असेल. एक शांत झोप काढली की, बरं वाटेल.''

कॉनरॅडचे डोळे विस्फारले. तिला काहीतरी हवे होते म्हणून ती फोन करत होती; पण काहीही संपर्क नसण्यापेक्षा बरे. याच्यापूर्वी तिने त्याच्या घरी मुक्काम करण्याचे टाळले होते.

"तुम्ही लॉरेनला घराबाहेर हाकलून दिलंय आणि ती ट्रीटॉप हॉटेलमध्ये राहायला गेलीये, हे मला ठाऊक नसतं तर मी तुम्हाला कधीच विचारलं नसतं."

"मला वाटतं तू तुझ्या आईला फोन केला होतास." कॉनरॅड तोंड वाकडे करत म्हणाला.

"होय. तिनेच मला तुम्हाला फोन करून विचारायला सांगितलं की, मला पिकअप करण्याची काही व्यवस्था करायला तुम्हाला जमेल का? मला खरंच बरं वाटत नाही."

'सोनू,' कॉनरॅड स्वत:शीच बोलला, 'एक दिवस एसीशिवाय झोपायचं झालं तर एवढं नाटक! आपल्या आजीने स्टोव्हवर तासन्‌तास चॉकलेट ढवळत केवढा घाम गाळलाय. तिला हे कळलं तर कबरीत तिची हाडं कुरकुरतील.'

"तू कुठे आहेस डार्लिंग?" कॉनरॅडने विचारले, "मी तुला न्यायला येतो."

"थँक्यू डॅड. मी अप्पर ईस्ट साइडवर लोनी या बारमध्ये आहे."

"तू अजून एकवीस वर्षांची व्हायची आहेस."

"बारा दिवसांनी होईन की!"

"ठीक आहे. पत्ता सांग."

"सेकंड ॲव्हेन्यू आणि एटीएट स्ट्रीट. एलेनच्या समोर. तुम्ही लॉरेनला बऱ्याच वेळा तिथे जेवायला घेऊन जायचा. जवळ आलात की, फोन करा. अगदी सावकाश या. उगाच घाई करू नका."

"अर्थातच! मी येईपर्यंत स्वत:ची काळजी घे."

कॉनरॅडने फोन ठेवला. 'माझ्या मुलीला एका रात्रीपुरतं का होईना, मी परत आणतो आहे; पण त्यामुळे लॉरेनला धडा शिकवायचं राहून जायला नको.' लॉरेनला क्लेश कसे देता येतील, याचा त्याने विचार केला. गाडीत बसल्यावर त्याच्या लक्षात आले की, लॉरेनला जास्तीत जास्त ताप द्यायचा असेल तर त्याच्यासाठी ॲलेक्सीससारखी दुसरी व्यक्ती शोधून सापडणार नाही!

## १९

न्यूयॉर्क शहरभर गडबड चालू होती. आपत्कालीन कर्मचारी लिफ्टमध्ये अडकलेल्यांची सुटका करत होते. अग्निशामक दले मेणबत्त्यांनी लागलेल्या आगी

विझवत होते, तर पोलीस शहरात शांतता राखण्यासाठी गस्त घालत होते. जॉर्जिना आणि चिप सेंट्रल पार्कच्या बाकावर बसून पिण्यासाठी शँपेनची बाटली शोधत होते.

त्यांना शँपेन कुठेही मिळाली नाही.

लेक्झींग्टन अॅव्हेन्यूवरील सर्व लिकर स्टोअर्स बंद झाली होती. एका दुकानासमोर त्याचा मालक त्याच्या काही मित्रांना घेऊन दुकानाचे लुटारूंपासून रक्षण करण्यासाठी बसला होता. तो तसा भला माणूस होता; पण दुकान उघडून शँपेन द्यायला तो तयार झाला नाही.

''या शहरात एका शँपेनच्या बाटलीसाठी काय करायला लागणार आहे?'' थर्ड अॅव्हेन्यू आणि फिफ्टीएथ स्ट्रीटच्या कोपऱ्यात उभे राहून जॉर्जिना म्हणाली.

तिला हळूहळू काळजी वाटू लागली. चिप एवढा गोड आणि पोरगेलासा दिसत होता की तिला हकची आठवण झाली.

'तो माझ्यापेक्षा तीन-चार वर्षांनी तरी लहान असावा. आज तो माझ्याशी कितीही चांगला वागत असला तरी कायमचं नातं जोडायला तो कधीही तयार व्हायचा नाही.'

तिच्या काळजीची जागा उद्वेग आणि संतापाने घेतली. 'जसं हकने मला टाकून दिलं तसंच चिपसुद्धा करेल.'

चिपने आपला हात तिच्या खांद्यावर ठेवला. ''मला वाटतं आपण कोल्ह्यासारखं शँपेनच्या वासावर आहोत.'' त्याने तिच्या कपाळाचे चुंबन घेतले. ''तुझ्या केसांचा वास किती चांगला आहे!''

''धन्यवाद!''

त्याने तिच्या केसांच्या बटा बाजूला करायला सुरुवात केली.

''तसं करू नकोस.'' जॉर्जिना पटकन म्हणाली.

''सॉरीऽऽ पण का?''

''तशा केसांच्या बटा मला चांगल्या दिसतात.''

तो हसायला लागला.

''लाडू, इथे एवढा काळोख आहे, तुझ्या केसांच्या बटा कोणाला दिसणार आहेत? तुलासुद्धा मी अंदाजाने चाचपून बघतोय.''

हक जेव्हा तिला चिडवायचा तेव्हा ती जशी हसायची तसं हसण्याचा तिने प्रयत्न केला. हक तिला कॉलेजमध्ये भेटलेला पहिलाच मुलगा. तिची आजी गेल्यानंतर तिची एवढी जवळीक दुसऱ्या कोणाबरोबर झाली नव्हती. त्या सत्रामध्ये ते दोघे बरोबरच असत. ती खूप आनंदात होती. शेवटी ते दोघे एकमेकांच्या प्रेमात पडले. तिचे तर त्याच्यावरचे प्रेम अगदी निस्सीम होते. हकच्या मित्रमंडळीची एक दणदणीत पार्टी होती. त्यात एक जण ग्रीक अक्षराचा आकार दिलेला तारेचा तुकडा घेऊन आला.

त्याने तो चिमट्यात पकडून लायटरने लालबुंद होईपर्यंत तापवला आणि सगळ्यांसमोर नाचवत म्हणाला, ''आपल्या गटामध्ये नव्याने आलेल्यांना आज दीक्षा द्यायची आहे. आपला भ्रातृभाव सच्चा असेल तर प्रत्येकाने त्याची खूण आपल्या शरीरावर सदैव बाळगली पाहिजे.''

हक त्या वेळेला खूप प्यालेला होता. मित्रांच्या आग्रहाला बळी पडून तो डागून घ्यायला तयार झाला. जॉर्जिना मध्ये पडली आणि त्याला जबरदस्तीने बाहेर घेऊन गेली. दुसऱ्या दिवशी शुद्धीवर आल्यावर हकने तिचे आभार मानले. नंतर त्या डागण्याच्या प्रकरणाची कॉलेजमध्ये खूप बोंबाबोंब झाली होती.

तीन आठवड्यांनी नाताळची सुट्टी सुरू होण्याच्या दिवशी हकने तिला फुटवले. वाईट म्हणजे ते त्याने तिला फोनवरून सांगितले.

''मला स्वत:ला थोडा वेळ हवा आहे.'' हकने फोनवर सांगितले, ''सध्या तरी मी कोणाशीही संबंध ठेवू इच्छित नाही.''

जॉर्जिनाच्या रूममेटने तिचे सांत्वन केले.

''त्याची तेवढी लायकी नाही. तू एवढी सुंदर आहेस. तुला लवकरच याहून चांगला मुलगा भेटेल.''

नाताळच्या सुटीत सर्व जण आपापल्या घरी चालले होते. डाऊनटाऊनमधल्या बसस्टँडवर जाण्यासाठी जॉर्जिनाने कॅम्पसमधून टॅक्सी केली. जेव्हा तिची बस आली, तेव्हा ती त्यात चढू शकली नाही. इतर प्रवाशांच्या हातात नाताळच्या भेटवस्तूंची पुडकी होती आणि ते त्यांच्या सुटीतल्या योजनांविषयी भरभरून बोलत होते. जॉर्जिना तिथेच शून्यात नजर लावून बसून राहिली. दोन तास. तिची घरी जाऊन आईला सामोरे जाण्याची इच्छा नव्हती. शेवटी तिने सामान उचलले आणि टॅक्सीने परत वसतिगृहात आपल्या खोलीवर आली. अजून एक रात्र तिथेच राहण्याचा तिने निर्णय घेतला होता.

तिने दरवाजा उघडला तर समोर हक तिच्या रूममेटला कुरवाळत पलंगावर पहुडला होता. गेले कित्येक आठवडे तिच्या नकळत ते दोघे एकमेकांना भेटत होते. तिने त्या वेळेपासून जे कॉलेज सोडले ते कायमचे.

चिप आपलं बोट तिच्या नाकावर ठेवत म्हणाला, ''तू म्हणजे एक नमुना आहेस.''

जॉर्जिनाची तंद्री भंग पावली आणि भानावर येत ती म्हणाली, ''माझ्याबद्दल तुला असं वाटतं?''

''होय. हे बघ, शँपेन काही आपल्या नशिबात दिसत नाही. आपण नुसतंच बाकावर बसून गप्पा मारू. दोन मार्गारीटा अगोदरच झाल्या आहेत. आणखी एका ड्रिंकची गरज आहे का?''

'मूर्खा, ते गुंगीचं औषध तुला पाजण्यासाठी गरज आहे.' ती मनात म्हणाली.

तिला माहीत होते की, ड्रॉप पाजल्यानंतर त्याचा परिणाम व्हायला साधारणपणे अर्धा तास लागतो.

त्याला बिलगून त्याच्या छातीवर डोके टेकत ती म्हणाली, ''मला वाटतं, फक्त एक मार्गारीटा घेऊ आणि मग फिरायला जाऊ. ओ.के.?''

''मी तुला अगोदरच सांगितलं आहे, आज की रात आपके नाम! अप्पर ईस्ट साइडला एक-दोन बार आहेत. तिथे मस्त मार्गारीटा मिळते.''

त्याने तिचा हात हातात घेतला आणि ते दोघे चालू लागले.

''चल, एटीसिक्स स्ट्रीटवरचा बार पहिला आहे. बघू या तो उघडा आहे का?''

'तो हे मुद्दाम करतोय.' जॉर्जिनाच्या मनात आले. 'त्याला माहीत असणार की, शहरातल्या त्या भागात मला खूप उदास वाटते. उद्या सकाळी जाग आल्यावर त्याला पश्चात्ताप होणार आहे.'

## २०

जॅक रैली आणि त्याचा साहाय्यक केथ वॉटर्स सोहोमधल्या झोराज मॅनेजरी या गॅलरीसमोर उभे होते. त्या गॅलरीत चोरी झाली होती. गॅलरीचा औपचारिक उद्घाटन समारंभ पुढच्या शनिवारी होता. तरी पहिल्या शोपासूनच गॅलरीचा बोलबाला झाला होता. जगातील प्रसिद्ध कलाकारांकडून काचशिल्पं मागविली होती. पुढच्या शोकेसमध्ये ठेवलेली सिंड्रेला आणि स्लिपर ही शिल्पे जाणाऱ्या–येणाऱ्यांचे हटकून लक्ष वेधून घेत होती; पण आज ती दोन्ही शिल्पे गायब झाली होती. शिवाय आतल्या बाजूला ठेवलेली वीस शिल्पे कुठे दिसत नव्हती. दोन शिल्पांचा चक्काचूर झाला होता. फक्त चार–पाच शिल्पे बचावली होती.

गॅलरीचे मालक लिऑन पीटर्स स्वत: जातीने तिथे आले. ते शुभ्र केसांचे वयाच्या साठीतले एक देखणे गृहस्थ होते. त्यांच्याबरोबर त्यांची पत्नी झोरा आली होती.

''काचेची शिल्पं हा आमच्या दोघांच्या आवडीचा विषय आहे. अगदी जीव की प्राण! या गॅलरीसाठी आम्ही कुठून-कुठून ही शिल्पं आणली होती, तुम्हाला कल्पना येणार नाही.'' लिऑन पीटर्स मोठ्याने हातवारे करत बोलत होते.

''आय ॲम सो सॉरीऽऽ'' जॅक म्हणाला.

''काच सोन्यापेक्षा जास्त मौल्यवान आहे असं बायबलमध्ये म्हटलं आहे. तुम्हाला माहीत आहे?'' लिऑनने जॅकला विचारले.

''नाही.'' जॅक सहानुभूतीने म्हणाला.

'मला नसलं तरी चोरांना नक्की माहीत असणार.' जॅक मनात म्हणाला.

''चोरांनी या मूल्यवान वस्तू निष्काळजीपणे कुठेतरी टाकून दिल्या नाहीत म्हणजे मिळवलं! या वस्तू किती काळजीपूर्वक हाताळाव्या लागतात, याची कल्पना तरी असेल का त्यांना?''

''तुम्ही काही काळजी करू नका. आमचे लोक त्यांना लवकरच शोधून काढतील.'' जॅकने आश्वासन दिले.

केथ वॉटर्सला घेऊन जॅक गॅलरीतून बाहेर पडला आणि आपल्या गाडीत बसला. त्याने गाडीतल्या ग्लोव्ह कंपार्टमेंटमधून स्टनगन ठेवलेली प्लॅस्टिक बॅग काढली.

''आज आम्ही घरी जाण्यापूर्वी कोणीतरी आमच्या घरामध्ये घुसला होता. रेगनला ते कळलं नाही आणि ती सरळ गच्चीवर गेली आणि त्याने गच्चीचा दरवाजा लावून घेतला. तेवढ्यात ब्लॅकआउट झाला आणि घुसखोर पळाला; पण त्या घाईत तो हे मागे विसरून गेला.'' त्याने ती बॅग केथच्या हातात दिली आणि म्हणाला, ''ऑफिसमध्ये नेऊन याच्या मालकाचा पत्ता लावायला हवा.''

''तुमच्या घरामध्ये घुसखोर शिरले? काय म्हणता काय? मस्करी तर नाही ना?'' स्टनगनकडे बघत केथ अविश्वासाने म्हणाला.

''मस्करी असती तर बरं झालं असतं. रेगन तिच्या मैत्रिणीला बरोबर घेऊन त्या बाईच्या पाठीवर गेली आहे. इकडे बिचारा चिप जोन्स शहरात कुठेतरी भटकतोय. त्याला माहीत नाही की, त्याच्या मैत्रिणीबरोबरची आजची रात्र त्याला केवढी महागात पडणार आहे.''

''तुमच्या घरी आपले काही पोलीस पाठवू का?'' केथने विचारले.

''ते नंतर बघता येईल.'' जॅक म्हणाला. ''पहिल्यांदा बिचाऱ्या चिपला त्या कैदाशिणीच्या कचाट्यातून सोडवला पाहिजे.''

## २१

लॉरेन आणि क्ले ट्रीटॉपच्या लॉबीमधून बाहेर पडले. ग्रीटरने कितीही शिट्या फुंकल्या तरी एकही टॅक्सी मिळाली नाही. हॉटेलची कार सर्व्हिससुद्धा चालू नव्हती. शेवटी त्यांनी फिफ्थ ॲव्हेन्यूपर्यंत चालत जाण्याचा निर्णय घेतला. सेंट्रल पार्क साउथच्या रस्त्यावर फारशी रहदारी नव्हती. फिफ्थ ॲव्हेन्यू आला तरी एकही टॅक्सी दिसली नाही. लॉरेनच्या पायात इंग्लंडवरून निघताना हॉटेलात घातलेले उंच टाचांचे बूट होते. दोन ब्लॉक चालून होईपर्यंतच तिचे पाय दुखू लागले. क्ले

जाणाऱ्या प्रत्येक वाहनाला हात करीत होता. न्यूयॉर्कमध्ये फिफ्थ ॲव्हेन्यूवर एकही टॅक्सी किंवा वाहन मिळू नये, ही आश्चर्याची गोष्ट होती. एरवी जे भुयारी मार्गाने प्रवास करतात त्या सर्वांना आज टॅक्सीशिवाय दुसरा पर्याय नव्हता.

"अरे, बाबा, जरा थांब ना." लॉरेन कण्हत म्हणाली, "माझ्या पायाला फोड येतायत."

"तू ते उंच टाचांचे बूट घालून का फिरते आहेस?"

"मी तुला मागाशीच सांगितलं ना की, एअर लाइनने ते माझं सामान हरवलं म्हणून."

"पण हे प्रवासात घालण्याचे शूज नाहीत."

"मला नेहमी टिपटॉप राहावं लागतं. विशेषत: प्रवासात. फर्स्ट क्लासच्या लाऊंजमध्ये नाहीतर विमानात बडा निर्माता किंवा डायरेक्टर कोण कधी भेटेल, ते सांगता येत नाही."

"आम्हाला हे कसं कळणार? आम्ही तर स्वस्तातल्या स्वस्त इकॉनॉमी क्लासचे प्रवासी! आमच्याशेजारी बहुतेक वेळा एखादं भोकाड पसरून रडणारं कार्टं असतं."

लॉरेनने एक सुस्कारा सोडला. "क्ले, ट्रिबेकापर्यंत हे असं चालणं मला जमणार नाही."

"ती पत्रं परत मिळवण्याच्या विचाराने तरी तुला स्फूर्ती मिळायला हवी."

"माझ्या पायाला फोड आले आहेत!" ती ओरडली आणि मध्येच पाय आपटत उभी राहिली.

ती ड्रेनेजच्या झाकणावर उभी होती. तिने जो पाय आपटला त्याने तिच्या बुटाच्या टाचेचे टोक जाळीच्या फटीत अडकले. तिने बूट ओढून काढण्याचा प्रयत्न केला. त्यात त्याची टाच निखळली.

"ओह नो!" ती ओरडली, "हे बूट माझे सर्वात आवडते होते."

"ज्या बुटांनी तुझ्या पायांना फोड येतात, ते तुला आवडतात?" क्लेने चेष्टेने विचारले.

"तसंच आहे."

लॉरेनने बूट काढले. झाकणाऱ्या जाळीत अडकलेली टाच सोडविली आणि पदपथावर अनवाणी पायांनी उभी राहिली. अनवाणी पायांनी उभे राहाण्याचे सुख काही औरच होते.

"मामा मिया! किती छान वाटतंय! पण असं अनवाणी चालताना एखाद्या खिळ्यावर नाहीतर काचेवर पाय पडायचा. मला नाही जमणार."

"काय करायचा विचार आहे तुझा?"

"मला काही सुचत नाही." थोडा वेळ थांबून लॉरेन म्हणाली, "तू मला उचलून घेशील?"

"ट्रिबेकापर्यंत? कदापि शक्य नाही."

"किती पैसे मिळणार आहेत ते माहीत आहे ना?"

"कितीही पैसे मिळणार असतील तरी ते आयुष्यभर अस्थिमज्जातज्ञाची फी द्यायला पुरे पडणार नाहीत. लॉरेन, ऐक. मी जवळच नाईन्थ स्ट्रीटवर राहतो. तिथे जाऊन मी माझी सायकल घेऊन येतो आणि तुला डबलसीट घेऊन जाईन."

"मला एकटीला सोडून जाणार तू?" लॉरेन आजूबाजूला पाहत म्हणाली, "इथे केवढा काळोख आहे! मला भीती वाटते."

"आपण परत हॉटेलवर जाऊ. इथून आठ-एक ब्लॉक असतील. तेवढं मी तुला पाठीवर घेऊन चालू शकेन."

"केवढं विचित्र दिसेल!"

त्याने तिला पाठीवर घेतले आणि तो हॉटेलच्या दिशेने चालू लागला.

"फिफ्थ ॲव्हन्यूवर मी उतरेन."

"डोण्ट वरी." क्ले म्हणाला, "तू हो म्हटलंस की, ताबडतोब हा बोजा मी खाली टाकणार आहे."

## २२

रेगन, बिली, मेलोनी आणि गेट्स हॉटेलच्या सुरक्षाप्रमुखाला घेऊन जॉर्जिनाच्या खोलीकडे जिने चढत चालले होते. बेचाळिसावा मजला येईपर्यंत ते दमून घामाने चिंब भिजले.

"किट नशीबवान म्हणायची. तिच्या पायाचं ऑपरेशन झालंय." बिली घटाघट पाणी पीत म्हणाला.

सुरक्षाप्रमुख विजेरी घेऊन पुढे चालला होता. त्याने मास्टर की लावून जॉर्जिनाच्या खोलीचा दरवाजा उघडला आणि आत पाहिले. प्रथमदर्शनी तरी रेगनला काही वावगे आढळले नाही. बेडवर पडलेले कपडे, जमिनीवर पडलेली अर्धवट उघडी सूटकेस, बाथरूममध्ये टूथब्रश, मॉईश्चरायझर, हेअर स्प्रे वगैरे. एक तरुण स्त्री प्रवासात घेईल अशा मोजक्या वस्तू. कपाटात दोन नवेकोरे ड्रेस होते. त्यांच्यावरचे लेबलसुद्धा काढलेले नव्हते. बहुधा ते मॉलमधून ढापलेले असावेत. "मेलनी, आमच्यापैकी तुम्हीच तिला ओळखत होता. इथे वेगळं असं काही वाटतं का?"

“काही नाही. सगळं ठीक दिसतंय.”

रेगनने टेबलाचे खण तपासले. शेवटच्या खणामध्ये एक लाल रंगाची उशी होती. रेगनने चाचपून पाहिले. तिला आत काही तरी लपवून ठेवले असावे, असा संशय आला. तिने उशीच्या अभ्राची झिप उघडली. त्यात सहा फोटो होते. त्यावर तिने विजेरीचा झोत मारला. त्यापैकी पाच फोटो तिने ज्या तरुणांना डागले त्यांच्या हाताचे होते. 'मी साप आहे.' अशी अक्षरे बरीचशी सुस्पष्ट दिसत होती. ते दृश्य पाहून सर्व जण अवाक झाले.

“तिच्या मैत्रिणीने जी जबानी दिली ती खरी आहे म्हणायची!” मेलोनी म्हणाली, “रेगन, तुम्हाला त्यांना आज रात्रीच शोधायला हवं.”

“मी शक्य ते सगळं करतेच आहे. आता हा फोटो कोणाचा आहे?” सहाव्या फोटोत एक दहा वर्षांची लहान मुलगी एका साठ वर्षांच्या वृद्ध स्त्रीबरोबर उभी होती. “मला वाटतं हा फोटो जॉर्जिना आणि तिच्या आजीच्या असावा.”

सुरक्षारक्षकाने तो फोटो हातात घेतला आणि म्हणाला, “मला ही जागा आणि ही बाई माहीत आहे.”

“काय म्हणता?” रेगन आश्चर्याने म्हणाली.

“अप्पर इस्ट साइडवर असलेला नुन्झो नावाचा हा बार आहे आणि ही बाई तिथे बारटेंडर म्हणून काम करत होती. ती एकदम कडक शिस्तीची होती. ती सगळ्यांची बॉस होती. कोणी गिऱ्हाईक वेट्रेस मुलींची छेडछाड करायला लागला की, त्याची भरलीच म्हणून समजा. त्याला ती सरळ बारच्या बाहेर हाकलून देई. ती नेहमी म्हणायची, “अशा लोकांना उकळत्या तेलात टाकायला हवं!” पण तिच्या हातच्या मार्गारीटाची चव एकदम फर्मास असायची आणि त्यासाठी तिथे खूप गर्दी होत असे. हाच फोटो तिने बार काउंटरवर ठेवला होता.”

“तो बार अजून आहे?” रेगनने विचारले.

“नाही. काही वर्षांपूर्वी त्या बाईच्या गाडीला भयंकर अपघात झाला आणि त्यात ती गेली. मालकाने थोड्या दिवसांनी तो बार विकून टाकला.”

रेगन त्या फोटोंकडे बघत म्हणाली, “कसंही करून आपल्याला त्या जॉर्जिनाला शोधायलाच हवं. जर तिची आजी अप्पर ईस्ट साइडवर काम करत होती तर कदाचित ती चिपला घेऊन तिकडेच गेली असेल. चला, आपण तिकडेच जाऊ. मी गाडीतून अटलांटा पोलिसांना फोन करून बघेन.”

“मीपण तुमच्याबरोबर येते.” मेलोनी म्हणाली. “डेक्स्टर काय म्हणतील याची मला पर्वा नाही. आपल्याबरोबर इकडे यायला त्याची टरकली होती. माझी नोकरी गेली तरी हरकत नाही. ते फोटो इतके भयंकर आहेत. त्या जॉर्जिनाने आणखी कोणाला डागायच्या अगोदर आपण तिला पकडायला हवं. किट तिला

ओळखते, पण तिला बिचारीला कुबड्या घेऊन चालावं लागतंय. तू काळोखात नुसत्या फोटोवरून तिला शोधणार, त्यापेक्षा मी तिला पटकन शोधून काढीन.''

रेगनने त्या तरुण मुलीकडे प्रेमाने पाहिले. रेगन जेव्हा तिच्या वयाची होती आणि तिने नुकतीच चौकशीची कामे घ्यायला सुरुवात केली होती, तेव्हा न्याय मिळवून देण्याच्या कल्पनेने ती अशीच पेटून उठायची.

''मेलोनी, माझं ठीक आहे; पण तुझी नोकरी गेलेली मला आवडणार नाही.''

मेलोनीने हवेत एक ठोसा मारला.

''या वयात मी जर धोका पत्करला नाही तर केव्हा पत्करणार? शिवाय ज्या कंपनीने जॉर्जिनासारख्या पिसाट बाईला कोणतीही चौकशी न करता नोकरीवर ठेवलं त्याच कंपनीला जिने तिला शोधायला मदत केली तिला नोकरीवरून काढून टाकणं कठीण जाईल.''

''मेलोनी, तुझा मुद्दा चांगला आहे. चल, आता निघू.''

## २३

वॅली आणि आर्थर जॉर्ज वॉशिंग्टन ब्रिजच्या दिशेने चालले होते. एरवी लक्ष लक्ष दिव्यांच्या रोषणाईने उजळणाऱ्या मॅनहॅटनच्या क्षितिजाकडे बघत वॅली म्हणाला, ''काय विचित्र दृश्य दिसतंय. नाही?''

''मला काय दाखवतोयस?'' आर्थर चिडून म्हणाला, ''थोड्याच वेळापूर्वी मी या रस्त्याने दोनदा गेलोय. विसरलास काय?''

''नो सॉरी. रस्त्यावर फक्त गाडीच्या हेडलाइटचा प्रकाश आहे, हे किती विचित्र वाटतंय म्हणून म्हटलं.''

त्याने डॅशबोर्ड पाहिला आणि त्याच्या हृदयाचा ठोका चुकला. गाडी चालू केली तेव्हा एका गोष्टीकडे त्याचे लक्ष गेले नव्हते. फ्युएल वार्निंग लाइट. गाडी जवळपास रिकाम्या टाकीवर चालत होती. मागच्या दोन-तीन वेळा त्याने पेट्रोलपंपावर रांग असल्याने पेट्रोल भरणे पुढे ढकलले होते आणि आज तो चक्क विसरला होता!

'देवा! मला ट्रिबेकापर्यंत तरी पोहोचू दे. ट्रिबेका आल्यावर गाडी रस्त्यावर ठेवून पुढे चालत जाईन.' जे काही पेट्रोल उरले असेल ते वाचवण्यासाठी त्याने गाडीचा वेग कमी केला.

''काय करतोयस काय?'' आर्थर ओरडला, ''आपण काही रविवार सकाळच्या फेरफटक्याला आलो नाही.''

“मला टिकीट घ्यायचं नाही.” वेस्ट साईड हायवेकडे जाणाऱ्या रस्त्यावर गाडी घेता घेता वॅली म्हणाला, “कोणाचं लक्ष वेधून घेणं आपल्याला परवडणारं नाही.”

ॲक्सिलरेटर हलक्या पायाने दाबत तो अगदी धीम्या गतीने गाडी चालवत होता. ‘फक्त पाच मैल तर जायचे आहे.’ वॅलीला वाटले, ‘आपण जेमतेम पोहोचू.’

तेवढ्यात गाडीने आचके द्यायला सुरुवात केली.

“हे काय?” आर्थर ओरडला.

“कुठे काय?”

“गाडीला काय झालं?”

आर्थरने संशयाने पाहिले.

“मूर्खा, पेट्रोल संपलंय. तुला झालंय तरी काय? आपण माझी गाडी घेतली असती.”

“तुझा गाडी चालवायचा मूड नव्हता.”

वॅलीने गाडी रस्त्याच्या कडेला घेतली. “मी पेट्रोल भरणारच होतो.”

“पेट्रोल भरणार होतो? गाढवा, या ब्लॅकआउटमध्ये कोणत्या पेट्रोलपंपावर तुला पेट्रोल मिळणार होतं?”

“या लफड्यामुळे डोकं चाललं नाही.”

“बाहेर चला.” आर्थर गाडीचा दरवाजा उघडत म्हणाला.

“गाडी अशीच टाकून जाऊ या. गाडी ओढून नेतील.”

“आता पोलिसांना फोन करून रिपोर्ट कर आणि त्यांनाच ट्रिबेकापर्यंत लिफ्ट द्यायला सांग.” आर्थर बाहेर गेला आणि त्याने दरवाजा आपटून बंद केला.

‘गुप्त खजिन्याच्या स्वप्नाचा आता चक्काचूर झाला आहे.’ वॅलीला गाडीतून बाहेर येताना वाटले. त्याने गाडीतून विजेरी शोधून काढली व गाडी लॉक केली.

“ओढून नाही नेली तर चोरीला निश्चित जाईल.” वॅली पुटपुटला.

“चोर पेट्रोलचा कॅन घेऊन फिरतात, असं वाटलं की काय तुला?” आर्थरचा राग अजून कमी होत नव्हता.

त्यांनी नदीच्या काठावरच्या फुटपाथवरून चालायला सुरुवात केली. जर मन:स्थिती चांगली असती तर त्या नि:शब्द काळोख्या रात्रीत फेरफटका मारल्याचा आनंद तरी मिळाला असता.

“आपल्यासमोर सुरा घेऊन कोणी लुटायला आलं नाही म्हणजे मिळवलं.” आर्थरने नेहमीप्रमाणे किरकिर केली. “हा भाग अगदी निर्मनुष्य आहे. कोण कधी समोर येऊन उभा ठाकेल काही भरवसा नाही. म्हणूनच मी स्टनगन बरोबर घेतली होती. फक्त न्यूयॉर्क सोडलं तर बहुतेक राज्यात ती कायदेशीर आहे. मी ती

ऑनलाइन घेतली. बायकांसारखी टपरवेअर पार्टीमध्ये घेतली असती, तर कोणाला कळलंसुद्धा नसतं.''

''कायदेशीर असो वा नसो. प्रश्न आहे की तू त्या लॉफ्टमध्ये ती विसरून आलास आणि त्याच्यामुळे आपण आता इथे आलो आहोत.''

काही वेळ ते दोघेही न बोलता तसेच चालत होते.

''शू!'' आर्थर हळू आवाजात कुजबुजला, ''कोणीतरी इकडे येतंय.''

दूरवर एक आकृती त्यांच्या दिशेने येताना दिसली. आर्थरचे पाय लटालट कापू लागले.

''आपण पलीकडच्या बाजूला जाऊ या.''

''असं भेदरटासारखं काय करतोस?'' वॅलीने खंत व्यक्त केली.

''आपण दोघं आहोत. तो एकटाच आहे.''

जशी ती आकृती जवळ आली तसे तो एक भणंग दाढीवाला माणूस असावा, असे त्यांच्या लक्षात आले. त्याच्या पाठीवर एक पिशवी होती. चालताना तो खाली बघत काहीतरी बडबडत होता.

''बहुतेक वेडपट दिसतोय.'' वॅली म्हणाला.

काही क्षणात ते त्याच्या अगदी जवळ जाऊन पोहोचले. त्याचे अस्तित्व त्याच्या शरीराला येणाऱ्या दर्पाने लांबूनच कळत होते. वॅलीला त्याच्याविषयी एकदम अनुकंपा वाटायला लागली.

''इव्हिनिंग!'' वॅली म्हणाला.

त्या माणसाने दचकून मान वर करून पाहिले, पण तेवढ्यात त्याचा तोल गेला व तो जमिनीवर पडला.

''बघा. तुमच्यामुळे माझं काय झालं ते.''

त्याच्या आवाजातील विनय त्याच्या एकूण अवताराशी विसंगत होता.

''माफ करा हं!'' असे म्हणून वॅली त्याला हात द्यायला गेला, पण त्या इसमाने उठता उठता अचानक वॅलीच्या तोंडावर एक जबरदस्त ठोसा मारला. वॅली हेलपाटत मागे गेला. त्याच्या नाकातून रक्त येऊ लागले. आजच्या रात्री तरी आर्थरला वॅलीबद्दल खुन्नसच वाटत होती. तरीही त्याने पुढे येऊन त्या माणसाच्या पाठीवरच्या बॅगेचा पट्टा पकडून त्याला मागे खेचत दोन लाफा मारल्या.

''माझा मित्र तुला मदत करायला बघत होता. थांब, आता आम्ही पोलिसांना बोलावतो.''

तत्क्षणी तो इसम नदीच्या दिशेने धावत गेला व अंधारात नाहीसा झाला. गडबडीत त्याची बॅग निसटून आर्थरच्या हातात आली होती ती तशीच राहिली. धापा टाकत त्याने मागे वळून पाहिले. वॅली जमिनीवर बसला होता. डोके मागे

करून नाकातून येणारे रक्त थांबवण्याचा प्रयत्न तो करत होता. आर्थर बॅग बाजूला ठेवून त्याच्या बाजूला बसला. ''तो वेडा त्याची बॅग मागे टाकून पळाला. मला खूप घाबरला असला पाहिजे.''

''तो जाऊ दे. हे रक्त पुसायला तुझ्याकडे रुमाल आहे का?'' वॅलीने विचारले.

''नाही. माझी आई नेहमी सांगायची की, सभ्य गृहस्थाने नेहमी आपल्याबरोबर रुमाल बाळगला पाहिजे, पण मी सभ्य नसल्यामुळे मी रुमाल ठेवत नाही.''

आर्थरने बॅग बाजूला ठेवली आणि तो वॅलीच्या शेजारी बसला.

''तो वेडपट बॅग टाकून पळाला, याच्यावर माझा विश्वास बसत नाही. बहुतेक तो मला घाबरला असेल.''

''रक्त पुसायला एखादा कपडा या बॅगेत सापडतो का ते बघ.''

''मला नाही वाटत कपडा वगैरे काही असेल म्हणून.''

आर्थरने विजेरीच्या प्रकाशात बॅग उघडली. बॅगेत एक ब्लँकेट गुंडाळून ठेवलेले होते. ते बघताच त्यात काहीतरी गुंडाळून ठेवलेले असावे, असे त्याला वाटले. त्याने ते जमिनीवर उलगडले. विजेरीच्या प्रकाशात त्यातील वस्तू दिसताच त्याचे डोळे विस्फारले.

''वॅली!''

''काय आहे त्यात?''

''हा माणूस चोर असला पाहिजे.''

''म्हणजे आता आपण तिघे जण चोर झालो.''

''मी मस्करी करत नाहीये. यात काचेची शिल्पं गुंडाळून ठेवली आहेत. प्रचंड महाग असणार. मॅनहॅटनमध्ये अशा वस्तूंची एक गॅलरी सुरू होत आहे, असं मी वाचलं होतं.''

खालच्या भागात आणखी एक ब्लँकेट होते. आर्थरने ते बाहेर काढून काळजीपूर्वक उलगडले.

''आता माझी खात्री पटली. ही शिल्पं त्याच गॅलरीमधली असली पाहिजेत.''

''कशावरून?''

त्याने एक माणकाचे शिल्प उचलून हातात धरले.

''हे त्यांच्या संग्रहातले स्लिपर नावाचे एक प्रमुख शिल्प आहे. याचाच फोटो पेपरात आला होता. वॅली, हा नक्कीच चोरीचा माल आहे. याचं काय करायचं? आपण पोलिसांना दिला आणि उद्या त्यांनी ती स्टनगन कोणाची आहे, हे शोधून काढलं, तर मग आपण कितीही सांगितलं तरी ही चोरी आपण केली नाही, यावर त्यांचा विश्वास बसणार नाही.''

# २४

गेट्स हॉटेलच्या लॉबीमधल्या गर्दीत किट एका खुर्चीत बसली होती. डेक्स्टरने मारे सांगितले होते की, मी रात्रभर लक्ष ठेवेन; पण तो आपल्या कंपनीची जी नाचक्की होणार आहे ते दुःख हलके करण्यासाठी बारमध्ये जाऊन बसला. किट मात्र पुढच्या दारावर बारीक नजर ठेवून होती.

"किटऽऽ"

किटने मान वळवून पाहिले. रेगन, बिली, मेलोनी आणि सुरक्षाप्रमुख परत आले होते. त्यांच्याकडे पाहिले तर ते नुकतेच मॅरॅथॉन पळून आले असावेत, असे वाटत होते.

"तुम्हाला काही सापडलं का?" किटने विचारले.

"जॉर्जिनाच्या बळींचे फोटो." रेगनने उत्तर दिले आणि नंतर चटकन सुरक्षाप्रमुखाकडे वळून म्हणाली, "तुमचे आभार कसे मानू कळत नाही. तुम्हाला तो बारचा पत्ता मिळाला की मला फोन करून कळवा."

"हो नक्की. तोपर्यंत आम्ही जॉर्जिनावर लक्ष ठेवून आहोतच. ती हॉटेलमध्ये आली की, तुम्हाला कळवू."

"किट, डेक्स्टर कुठे आहेत?" मेलोनीने विचारले.

"ते बारमध्ये जाऊन बसले आहेत. ते खूप अस्वस्थ आहेत."

"होणारच. जॉर्जिनाला कंपनीत त्यांनीच निवडलं होतं."

गाडीमध्ये मेलोनी रेगनच्या बाजूला, तर किट आणि गिल मागच्या सीटवर बसले. गाडीत बसता बसता रेगनने अटलांटामधील पोलीस हर्ब मॅकफॅडनला फोन केला.

"जॉर्जिनाची आजी न्यूयॉर्कमध्येच राहत असावी." रेगन म्हणाली, "ही बाई अप्पर ईस्ट साइडवरच्या एका बारमध्ये बारटेंडर म्हणून काम करत होती. जॉर्जिनाच्या मैत्रिणीने-पॉलेटने-तिच्या आजीबद्दल काही सांगितलंय का?"

"नाही. विचारून पहिलं पाहिजे; पण पॉलेट जॉर्जिनाच्या कॉलेजमधल्या प्रियकराबद्दल सांगत होती. त्याने जॉर्जिनाला खूपच वाईट वागवलं होतं. पॉलेटच्या म्हणण्यानुसार जॉर्जिनाच्या अशा विक्षिप्त वागण्याचं कारण हेच आहे."

"आपल्याला वाईट वागवलं म्हणून प्रत्येक मुलगी असं डागायला लागली, तर लवकरच जगातल्या सगळ्या तरुणांच्या हातावर असे डाग दिसायला लागतील." रेगन उपहासाने म्हणाली.

"प्रत्येकाच्या सूडाचं रूप वेगवेगळं असतं." मॅकफॅडन म्हणाला.

"माझ्या गाडीत माझ्याबरोबर जॉर्जिनाच्या दोन सहकारी आणि कॉमेडी क्लबमधला एक कॉमेडीयन असे आम्ही चौघे जण आहोत. आज रात्री शहरभर फिरून आम्ही त्या दोघांना शोधण्याचा प्रयत्न करणार आहोत. मला ठाऊक आहे की, एवढ्या मोठ्या शहरात या ब्लॅकआउटमध्ये हे महाकर्मकठीण काम आहे. पॉलेटने जॉर्जिनाच्या सवयींबद्दल आणखी काही सांगितलंय का?''

"ती म्हणाली की, जॉर्जिना तिच्या बळींना मार्गारीटा पाजायची.''

"तिच्या आजीचा मार्गारीटा बनवण्यात हातखंडा होता.''

"गंमत दिसतेय. दोन किंवा तीन मार्गारीटा दोन किंवा तीन बिअरपेक्षा भारी पडतात. पॉलेट म्हणाली की, जॉर्जिना पिण्याचं नाटक करायची आणि बारमधून निघायची वेळ झाली की, बॉयफ्रेंडच्या पेल्यात गुंगीच्या औषधाचे थेंब टाकायची.''

"पॉलेटने जॉर्जिनाच्या आजीविषयी किंवा दुसऱ्या काही गोष्टी सांगितल्या तर मला कळवा.'' असे म्हणून रेगनने फोन ठेवला.

"एखाद्या बारमध्ये शोधायचं म्हटलं तर एवढे बार आहेत आणि मार्गारीटा तर सगळीकडेच देतात. आपण त्या सुरक्षाप्रमुखाला फोन करून विचारू या की, अप्पर ईस्ट साइडवरच्या कोणत्या बारमध्ये उत्कृष्ट मार्गारीटा मिळते. किमान त्या बारपासून आपल्याला सुरुवात करता येईल.''

## २५

मेनमधल्या कंट्री होममध्ये बसून चिप जोन्सचे आईवडील ब्लॅकआउटची बातमी पाहत होते. स्यू आणि ख्रिस जोन्स हे पन्नाशीला आलेले एक आदर्श जोडपे होते. दोघेही गोरेपान, सुवर्णकेशी आणि ॲथलेटिक बांध्याचे होते. त्या दोघांची दोन मुलेही त्यांच्यासारखीच होती. मुलगा चिप आणि कॅलिफोर्नियात राहणारी एक मुलगी.

"मला वाटतं चिपची या ब्लॅकआउटमध्ये मजा चाललीये.'' स्यू आपल्या नवऱ्याला म्हणाली.

"केवढ्या क्षुल्लक कारणावरून हा सगळा गोंधळ चालू झालाय! एका झाडावर वीज पडली. त्या झाडाची छाटणी वेळच्या वेळी केली नव्हती. त्यामुळे एक लांब वाढलेली फांदी मोडून एका वीजेच्या तारेवर पडली आणि हा एक तृतीयांश अमेरिकेला ग्रासणारा ब्लॅकआउट झाला.''

ख्रिस हा अगदी काटेकोर माणूस होता. सगळी कामे अगदी वेळच्या वेळी आखल्याबरहुकूम करण्यावर त्याचा कटाक्ष असे. त्याच्या गॅरेजमधील हत्यारे आणि तळघरातील अवजारे एखाद्या शस्त्रवैद्याच्या शिस्तीने व्यवस्थित लावून ठेवलेली

असत. झाडाची फांदी वेळच्या वेळी न कापणे ही त्याच्या दृष्टीने एक सहज टाळता येण्यासारखी गोष्ट होती.

फोन वाजला. स्यूने फोन उचलला.

''नताली बोलतेय.'' कॉलर आयडी बघून स्यू म्हणाली.

नताली ही त्यांची पंचवीस वर्षांची मुलगी होती. ती सॅन दिएगोच्या टीव्ही स्टेशनवर काम करीत होती.

''हॅलो बेटा.''

''हाय मॉम. तुमच्याकडे वीज आहे वाटतं?''

''आमचं इकडे ठीक चाललंय. इथे वीज आहे आणि आज हवासुद्धा छान पडलीये.''

''मी आज रात्रपाळीत उशिरा काम करते आहे. आज सगळीकडे ब्लॅकआउटच्याच बातम्या चालू आहेत. मी माझ्या बॉसला म्हटलं की, माझा भाऊ सध्या न्यूयॉर्कला असतो, तर त्याने मला ताबडतोब त्याची टेलीफोनवरून मुलाखत घ्यायला सांगितली. तेव्हापासून मी त्याला फोन लावतेय तर तो सारखा व्हॉईस मेलवर जातोय. काही कळत नाही. तुम्ही त्याच्याशी इतक्यात फोनवर बोलला होता का?''

''आम्ही बोललो. तो शहरात भटकायला बाहेर पडलाय. मला वाटतं तो मजा करतोय. फोनच्या रिसेप्शनमध्ये काही प्रॉब्लेम असेल.''

''तो कधी सेलफोन बंद करत नाही.'' नताली काळजीने म्हणाली, ''तुम्ही त्याच्याशी बोललात तेव्हा तो कुठे होता?''

''तो बाहेर रस्त्यावर कोणाबरोबर तरी भटकत होता.''

''कोणाबरोबर?''

''ते काही त्याने सांगितलं नाही. कदाचित त्याचा मित्र फिलबरोबर असेल. तू त्याला फोन करून बघ.''

''ग्रेट! मी फोन करीन.'' तिने आईकडून फिलचा नंबर घेतला.

''तू त्याच्याशी बोललीस तर आम्हाला कळव.'' असं म्हणून स्यूने फोन ठेवला आणि नवऱ्याच्या शेजारी जाऊन बसली.

''नतालीला आपल्या धाकट्या भावाची खूप काळजी वाटतेय. उगाच वेडेपणा आहे. नाही का?'' स्यू नवऱ्याला म्हणाली.

''अर्थातच! चिप आता मोठा आहे. स्वतःची काळजी घ्यायला समर्थ आहे. तू त्याच्याशी आत्ताच बोललीस ना?''

''तुम्ही म्हणता ते खरं आहे.'' नवऱ्याच्या खांद्यावर डोके ठेवत ती म्हणाली, ''तो तसा ठीक वाटला. कदाचित ड्रिंक थोडं जास्त झालं असावं.''

मॅनहॅटनमधल्या उंच इमारतींचे दृश्य टीव्हीच्या पडद्यावर आले.

“न्यूयॉर्क वासियांना विनंती करण्यात येत आहे की, त्यांनी त्यांच्या शेजाऱ्यांची विशेषत: वृद्धांची काळजी घ्यावी. काही ठिकाणी दुकाने फोडण्याच्या आणि पादचाऱ्यांना लुटण्याच्या किरकोळ घटना झाल्या आहेत. एकूण परिस्थिती ताब्यात आहे; पण रस्त्यांवर काळोख आहे आणि बरेच रस्ते निर्मनुष्य झाले आहेत. तरी अधिक काळजी म्हणून लोकांनी सावधगिरी बाळगावी.”

स्यूच्या अंगावर शहारे आले. तिचे अंतर्मन सांगत होते की, चिपला काहीतरी धोका आहे. तिने चिपला फोन लावला; पण तो व्हॉईस मेलवर गेला.

“चिप, प्लीज आम्हाला फोन कर. कितीही उशीर झाला तरी.”

“हनी,” ख्रिस किंचित चिडून म्हणाला. “तू आत्ताच त्याच्याशी बोललीस ना? त्याला एखादी मैत्रीण मिळाली असेल आणि ती दोघं मजा करत असतील. अगं, तो आता मोठा झालाय. सोडून दे त्याला एकट्याला.”

“मला फक्त त्याचा आवाज ऐकायचा आहे.” स्यू म्हणाली, “मी फिलला फोन करून बघते.”

“जरा थांब. नताली त्याची मुलाखत घेत असेल तर मध्ये त्रास देऊ नकोस.”

“ओ.के.”

स्यूने मनावरचा ताण कमी करण्याचा प्रयत्न केला खरा, पण त्यात तिला यश आले नाही. सगळ्या आयांप्रमाणे तिला आपल्या मुलांविषयी चिंता वाटत होती; पण आज पहिल्यांदाच काही तरी गंभीर घडले असावे असे तिला राहून राहून वाटत होते.

## २६

“तब्येत ठीक आहे ना?” एटीसिक्स्थ स्ट्रीटवरून जाताना चिपने जॉर्जिनाला विचारले.

“ठीक आहे. पण तू असं का विचारतो आहेस?”

“तुझा मूड काही ठीक दिसत नाही.”

“माझा मूड?”

“तू एकदम गप्प झालीस ती?”

“मी विचार करत होते. या भागाला एके काळी जर्मनटाऊन असं म्हणत. तुला माहीत आहे?”

"होय."

"एका आगबोटीला इथे अपघात झाला होता. जनरल स्लोकम दुर्घटना म्हणून ती कुप्रसिद्ध आहे."

"दुर्घटना?"

"ईस्ट रिव्हर इथे १९०४ मध्ये हा अपघात झाला होता. एक आगबोट बायका आणि मुलांची सहल घेऊन लाँग आयलंडला चालली होती. नाईन्टीएथ स्ट्रीटच्या जवळपास जहाजाला मोठी आग लागली. आगीत जवळपास एक हजार माणसं ठार झाली. सगळी कॅप्टनची चूक होती. त्याने परिस्थिती योग्य प्रकारे हाताळली नव्हती. त्यामुळे त्याला शिक्षा होऊन तुरुंगातसुद्धा टाकलं होतं, पण शेवटी माफी दिली."

"तुला एवढं सगळं कसं काय माहीत आहे?" चिपने विचारले.

"माझ्या आजीनं सांगितलं."

जॉर्जिनाच्या मनात आलं, 'हकबरोबरचे माझे तीन महिने किती आनंदात गेले! पण नंतर काय? या भागात माझी आजी राहत होती. लहानपणच्या आयुष्यातला बराच काळ तिच्याबरोबर सुखात गेला होता. पण नंतर काय? पण मी तुला ह्यातलं काहीही सांगणार नाही. कारण त्याचा उपयोग होणार नाही. पालथ्या घड्यावर पाणी पडणार असेल तर कशाला उगाळत बसा आपल्या दु:खाच्या कहाण्या!'

"मी एकदा ती गोष्ट कुठेतरी ऐकली आणि माझ्या मनात ती खोल रुतून बसली. तुला नाही वाटत, त्या कॅप्टनला फाशी द्यायला हवी होती?" चिप थांबला आणि तिच्याकडे बघून म्हणाला, "किती भयंकर!"

"लोक थोड्या दिवसात अशा गोष्टी विसरून जातात. जणूकाही असं घडलंच नाही. सगळं सुरळीत चालू होतं आणि अशा दुर्घटनांना जबाबदार असणारे मोकळे सुटतात. न्यूयॉर्कमधल्या बहुतेकांना आज ही एवढी मोठी दुर्घटना आठवतही नसेल."

"तू म्हणतेस ते खरं आहे." चिपने सहमती दाखवली. "तू मार्गारीटा प्यायची म्हणत होतीस. तो बार इथेच जवळपास आहे."

'त्याला काय पडलंय?' जॉर्जिनाला वाटले. 'न्यूयॉर्कमधील एवढी मोठी दुर्घटना, त्याची त्याला काही पर्वा नाही. हक माझ्याशी जे वागला त्याची त्याला काय पर्वा असणार?'

चिपला वाटले की, त्याच्या ओळखीचे मित्र त्या बारमध्ये भेटतील. ह्या मुलीचे लक्षण ठीक दिसत नव्हते. थोड्या वेळापूर्वी खेळकर, हसऱ्या वाटणाऱ्या मुलीचे रूपांतर एका डँबिस मुलीत झाले होते.

चिप तिला घेऊन बारमध्ये गेला. त्या छोट्याशा बारमध्ये पाय ठेवायलाही जागा नव्हती. तो काउंटरवर गेला आणि त्याने दोन मार्गारीटा मागवल्या. बर्फ संपायला आला होता. त्याने कसेतरी दोन ग्लास भरून त्यांना दिले.

"आपण बाहेर जाऊन उभं राहून पिऊ या का?" चिपने विचारले.

"ओ.के."

ते दोघे बाहेर येऊन कट्ट्यावर बसले. जॉर्जिनाने पर्समधून सिगारेट काढली.

"तुला सिगारेट हवी आहे का?" तिने चिपला विचारले.

"मी सिगारेट क्वचितच ओढतो." चिप म्हणाला.

"मी सिगारेट सोडण्याचा प्रयत्न करत आहे; पण जमत नाही. अर्थात, त्याचा एक फायदाही झाला आहे. मी सिगारेट ओढत नसते, तर आपली कॉमेडी क्लबमध्ये भेट झाली नसती."

"तू म्हणतेस ते खरं आहे." चिप म्हणाला; पण त्याला आतून थोडी चिंता वाटू लागली.

त्याला वाटले, 'आत्ता आपले मित्र बरोबर असायला हवे होते.' ही मुलगी तशी ठीक होती; पण सुरुवातीला तिच्याबद्दल जेवढे वाटले तेवढे आता वाटत नव्हते. काहीतरी बिनसले होते. तिचे वर्तन अचानक विचित्र आणि गूढ वाटू लागले होते. चिप आपले ड्रिंक घेताना जॉर्जिना तिच्या ग्लासातील टकिला त्याच्या ग्लासात ओतत होती.

"तू काय करते आहेस?"

"तू माझ्यापेक्षा केवढा मोठा आहेस. मी जर एवढं सगळं ड्रिंक घेतलं तर मी अगदी आऊट होईन. मला सिगारेट पुरेशी आहे."

"तू म्हणतेस तर मी घेतो, पण मलासुद्धा ही जास्तच आहे. त्यात मी जेवलो नाहीये."

चिपने त्याचा ग्लास संपवला आणि प्रसाधनगृहामध्ये जाण्यासाठी म्हणून उठताना त्याचा तोल गेला. तो आपल्या हातावर तुरी देऊन जाईल असे वाटल्यामुळे जॉर्जिनासुद्धा त्याच्या मागोमाग गेली. जाताना तिने त्याला आपल्या मिठीत ओढून घेतले आणि त्याचे एक चुंबन घेतले आणि हळूच त्याच्या बेल्ट पाऊचमधून त्याचा सेलफोन काढून घेतला.

"जरा तोंडावर पाणी मारून घे म्हणजे ताजातवाना होशील. मग आपण जाऊन एखाद्या बाकावर गप्पा मारत बसू." जॉर्जिना म्हणाली.

"नको. मला एवढ्या उशिरापर्यंत जागायची सवय नाही. शिवाय माझी नोकरीपण नवीन आहे. सकाळी उठायला उशीर होईल." चिप म्हणाला.

बोलताना त्याची जीभ जड झाली होती.

जॉर्जिनाला त्याचा राग यायला लागला. तो तिला टांग मारायला बघत होता असे तिला वाटले.

"अरे, मी न्यूयॉर्कमध्ये दोन-तीन दिवसच आहे." ती लाडिकपणे म्हणाली,

“माझ्यासाठी थोडा वेळ काढ ना! तुला सांगते, तुला काही कळायच्या आत लहान मुलासारखा झोपशील.”

## २७

लॉरेन लिलीला एवढ्या लवकर परत आलेलं पाहून ट्रीटॉप्स हॉटेलच्या स्वागतिकेला आश्चर्य वाटले.

“काय झालं?” तिच्या हातातले शूज पाहून तिने विचारले.

“माझ्या एका बुटाची टाच तुटली. माझं सामान हरवल्यामुळे माझ्याकडे दुसरी जोडी नाही. तुम्ही काहीतरी व्यवस्था करू शकाल का?”

“एवढे किमती शूज आमच्याकडे नाहीत; पण तुमच्या स्वीटमधील बाथरूममध्ये कापडी सपाता आहेत. त्या तुम्ही तात्पुरत्या वापरू शकता.”

“फारच छान! हे माझे बूट दुरुस्त होऊ शकतील का जरा बघा ना.”

“आत्ताच्या आत्ता काही करणं शक्य नाही; पण उद्यापर्यंत काहीतरी व्यवस्था करू.”

“तेवढा मला वेळ नाही. त्यापेक्षा तुमच्या त्या कापडी सपाता बऱ्या” लॉरेन तिच्या स्वीटकडे पळाली. पांढऱ्याशुभ्र संगमरवरी बाथरूममध्ये पांढऱ्या मॅटच्या बाजूला पांढऱ्या टेरीटॉवेलच्या कापडाच्या सपाता ठेवलेल्या होत्या. बाथरूममधला टब पाहून तिला स्नान करण्याचा मोह झाला, पण तिने तो आवरला आणि त्या सपाता पायात सरकवल्या.

तिने बाथरूमच्या आरशात पाहिले. ती थोडी थकली होती, तरी तिचे आकर्षक सौंदर्य लपत नव्हते. सिनेतारका होण्यासाठी आवश्यक असेलला दर्जा आपल्याकडे आहे, याची तिला पूर्ण कल्पना होती. त्या पत्रांचा विचार मनात आला आणि तिच्या पोटात खड्डा पडला. ‘ती पत्रं कोणत्याही परिस्थितीत ताब्यात घेतलीच पाहिजेत.’ ती पटकन स्वीटमधून बाहेर गेली. लॉबीतील कर्मचाऱ्यांची नजर चुकवून हॉटेलच्या बाहेर पडली. समोरच्या बाजूला दोन बाके होती. क्लेची वाट बघत तिथे बसता येईल म्हणून ती धावत रस्त्याच्या पलीकडे गेली. गडबडीत तिच्या एका पायातील स्लिपर निसटली आणि मागून येणाऱ्या गाडीखाली त्या स्लिपरचा पार चेंदामेंदा झाला. आता हताश होऊन बाकावर बसून क्लेची वाट बघण्याशिवाय दुसरा इलाज नव्हता.

‘पण आहे कुठे तो?’

# २८

बेकी आणि केंट कॉमेडी क्लबमधून निघाले. बेकीच्या डोक्यात जॉर्जिना आणि चिपचा विचार चालू होता. तिने त्या दोघांना लगबगीने टॅक्सीत बसताना पाहिले होते. रेगन रैलीने सांगितल्याप्रमाणे रेडिओ किंवा टीव्हीवर सावधानीचा इशारा देण्यात अर्थ नव्हता. एकतर त्यांच्याकडे काही ठोस पुरावा नव्हता आणि दुसरे म्हणजे या ब्लॅकआउटमध्ये त्यांनी दिलेला इशारा कोणाच्या कानी पडणार होता?

पण कोणालातरी या चिप जोन्सची माहिती असली पाहिजे. केंटचे लग्न झालेले होते आणि तो यॉंकर्समध्ये राहत होता.

''बेकी, मी तुला माझ्या गाडीतून सोडतो. तुला टॅक्सी मिळेलसं वाटत नाही.''

बेकी तिच्या मैत्रिणीच्या बहिणीच्या ग्रीनीच व्हिलेजमधल्या एका छोट्या फ्लॅटमध्ये राहत होती. सध्या ती बाहेरगावी गेल्यामुळे ती एकटीच होती आणि आज या अंधाऱ्या रात्री बेकीला तिथे जाऊन एकट्याने राहायला भीती वाटत होती. केंटचे घर विरुद्ध बाजूला होते. त्यामुळे बेकीला केंटच्या घरी जायचे शक्य तितके टाळायचे होते.

''तुझी ऑफर चांगली आहे; पण तुला विरुद्ध दिशेला जायचंय. त्यापेक्षा मी माझ्या एका मैत्रिणीला फोन करून बघते. तिच्याकडे आज आमची काही मित्रमंडळी जमली आहेत. ते जर अजून घरी गेले नसतील तर मला त्यांना भेटता येईल.''

''चल, तुझा फोन होईपर्यंत आपण माझ्या गाडीपर्यंत चालत जाऊ.''

बेकीने तिचा फोन काढला.

''माझी आई नेहमी म्हणते. तिच्या काळी आगाऊ, नीट ठरल्याशिवाय असं आयत्या वेळी कोणाला भेटणं शक्य होत नसे. कारण त्या वेळी सेलफोन नव्हते.''

''दिवसाचे चोवीस तास तुम्ही कोणाला बांधलेले नव्हता, हे किती बरं होतं त्या काळी!''

बेकीने तिच्या मैत्रिणीला ॲलेक्सीसला फोन लावला. त्या दोघी महाविद्यालयात एकाच वर्गात असल्या तरी त्यांच्या घरच्या परिस्थितीत जमीन अस्मानाचा फरक होता. ॲलेक्सीस श्रीमंत होती. कॉलेजचा खर्च भागवण्यासाठी काम करण्याची तिला आवश्यकता नव्हती. ती एकुलती एक मुलगी होती. वडील दुसऱ्या तरुण स्त्रीच्यामागे लागल्यामुळे तिच्या आईवडिलांचा घटस्फोट झाला होता. ते एक मोठे दुःख तिला पचवावे लागले होते. बेकी मोठ्या कुटुंबात वाढलेली मुलगी होती. तिला शिष्यवृत्ती होती. बाकीचा खर्च तिला पार्टटाइम नोकरी करून भागवावा लागे.

ॲलेक्सीसने फोन घेतला. तिच्या आवाजातून तिचा तारुण्यसुलभ उत्साह उतू

जात होता. जणूकाही येणाऱ्या प्रत्येक फोनमुळे काहीतरी उत्कंठावर्धक घडण्याचा संभव होता.

"बेकी, तुला कळलं का? कसला ब्लॅकआउट झालाय नाही!" ती ओरडली.

"मी कॉमेडी क्लबमध्ये काम करत होते आणि आता ब्लॅकआउटमुळे क्लब बंद केला आहे. तू कुठे आहेस?"

"अगं, आम्ही या एटीएट स्ट्रीट आणि सेकंड अॅव्हेन्युच्या कोपऱ्यावरच्या बारमध्ये आहोत. आपण मागच्या आठवड्यात गेलो होतो ना, तिथेच. मी माझ्या डॅडना इथे येऊन मला पिकअप करायला सांगितलं आहे. पण त्यांना यायला अजून तासभर तरी लागेल. तोपर्यंत तू इकडे का येत नाहीस?"

"तू डॅडना बोलवून घेतलंस?" बेकीने आश्चर्याने विचारले.

"होय. त्यांच्या मनात नाहीतरी मला त्यांच्याकडे बोलवायचं होतं. म्हणून मला खात्री होती की ते येतील. शिवाय त्यांच्याकडे जनरेटर आहे म्हणजे एसीचा प्रश्न नाही."

"नशीबवान आहेस!"

"ताबडतोब इकडे ये. इथे एवढी चिकनी मुलं जमली आहेत म्हणून सांगू! तू आलीस तर खूप मजा येईल. पाहिजे तर नंतर तू माझ्याबरोबर वडलांच्या घरी चल. मला कंपनी होईल. नाहीतरी मला एकटीला थोडं चमत्कारिक वाटेल."

"मी आले तर बरं दिसेल ना?"

"नक्की."

"थँक्स. मलासुद्धा एकट्याने एवढ्या लांब माझ्या घरी जायचा कंटाळा आला होता. शिवाय टॅक्सी मिळण्याची खात्री नाही. त्यात उद्या मला कामावर जायला हवं. अगं, ब्लॅकआउट झाला ना, तेव्हा आमच्या क्लबमध्ये काय झालं तुला सांगितलं तर विश्वासच बसणार नाही."

"काय म्हणतेस?"

"मी तिकडे आले की तुला सांगेन."

"कूल! चल लवकर ये."

अॅलेक्सीसने फोन ठेवला आणि ती तिच्या मैत्रिणीकडे, डोडीकडे वळली. तिची नजर बारच्या दरवाजाकडे होती.

"ओहऽऽ फिल किती देखणा दिसतोय नाही! मला वाटलं त्याची फोनवरची ही मुलाखत संपणार आहे की नाही? नशीब माझं तो परत येतोय." डोडी म्हणाली.

"आहे खरा गोड!" अॅलेक्सीस म्हणाली, "त्याचा मित्रसुद्धा त्याच्यासारखा गोड असेल का?"

# २९

जॅक आणि कीथ ऑफिसमध्ये परत आले. चिप जोन्सचा काही पत्ता लागत नव्हता. जॅकने स्टनगन दुसऱ्या एका डिटेक्टिव्हकडे दिली आणि आपल्या टेबलावरून रेगनला फोन लावला.

"आम्हाला अजून काही सापडलं नाही. तुमचं कसं काय चाललंय?"

"आम्ही अप्पर ईस्ट साइडचे सगळे बार शोधत फिरतोय." तिने त्याला त्या फोटोविषयी आणि अटलांटाच्या पोलिसांनी सांगितलेली माहिती दिली.

"आमच्या गाड्यांना आम्ही मोकळ्या, कोपऱ्यातल्या जागांवर लक्ष ठेवायला सांगितलं आहे. काही समजलं तर कळव आणि सांभाळून राहा."

"काळजी करू नकोस."

रेगनने फोन ठेवला आणि सेव्हन्टी फिफ्थ स्ट्रीटवरच्या मेक्सिकन रेस्टॉरंटसमोर गाडी डबल पार्क केली. सुरक्षाप्रमुखाने सांगितल्याप्रमाणे ती जागा मार्गारीटासाठी प्रसिद्ध होती.

"मेलोनी आणि मी जाऊन बघून येतो." रेगनने किट आणि बिलीला सांगितले.

"आम्ही बाहेरून लक्ष ठेवतो." किट म्हणाली.

"उशीर होतोय. बरेचसे बार आतापर्यंत बंद झाले आहेत. आपल्याला त्वरा करायला हवी."

रेगन आणि मेलोनी आत गेल्या. बारमध्ये गर्दी होती; पण जॉर्जिना कुठे दिसत नव्हती.

बारटेंडर जरा वैतागलाच.

"सोनेरी केसांची भरपूर पोरं आज आली होती. आजकाल बऱ्याच मुली केसांना हायलाईट देतात. ब्लॅकआउटमध्ये मेणबत्तीच्या प्रकाशात आम्हाला कसं काय कळणार? आय ॲम सॉरी."

गाडीत बसताना रेगन म्हणाली, "ते कुठेही असण्याची शक्यता आहे. आता एटीसिक्थ स्ट्रीटवरचा आणखी एक बार बघू."

तिने काळोख्या थर्ड ॲव्हेन्युवरून गाडी पुढे घेतली.

# ३०

वॅलीच्या नाकातून येणारे रक्त थांबत नव्हते.

" त्याने मला जबरदस्त ठोसा मारलेला दिसतोय. कुठूनतरी थोडा बर्फ आणि कापूस मिळवला पाहिजे."

"आजच्या रात्री बर्फ मिळणं कठीण दिसतंय." आर्थर म्हणाला, "मी तुला इमर्जन्सी हॉस्पिटलमध्ये घेऊन जाऊ का?"

"नाकातल्या रक्तासाठी तेवढी गरज नाही."

नाईन्टी सिक्स्थ स्ट्रीटच्या दक्षिणेला हडसन नदीच्या काठी काळोखात ते बसले होते.

"आपण इथून सटकलं पाहिजे" आर्थर ती शिल्पं ब्लँकेटमध्ये काळजीपूर्वक गुंडाळत म्हणाला. "हा वेडपट त्याच्यासारख्या आणखी चार वेड्यांना घेऊन आला तर काय करायचं?"

"ते तर आहेच. शिवाय या काचेच्या वस्तूंचं काय करायचं?" वॅलीने विचारले.

"या अतिशय मौल्यवान आणि उंची चीजा आहेत." आर्थर म्हणाला, "मला वाटतं आपण ती स्टनगन शोधायला जाऊ. तोपर्यंत हे कुठेतरी लपवून ठेवता येईल."

"नंतर हे पोलिसांच्या हवाली करायचं का?"

"अर्थातच!" आर्थर अपमानित झाल्यासारखा म्हणाला, "आपल्याला सुटकेचा तोच मार्ग आहे. तुला माफीचा साक्षीदार हा प्रकार ऐकून माहीत असेल."

"तर आपण सरळ जॅक रैलीला फोन करू या."

"हा जॅक रैली कोण आहे?"

"तू आज रात्री ज्या घरामध्ये गेला होतास त्याचा मालक."

"ठीक आहे. पण त्याला फोन करण्याचं कारण?"

"तो न्यूयॉर्क पोलीस डिपार्टमेंटच्या मेजर केस स्क्वावाडचा प्रमुख आहे."

"काय?" आर्थर ओरडला, "तू खरं सांगतोयस? मला जर हे अगोदरच ठाऊक असतं तर मी त्या ठिकाणी पाऊल टाकलं नसतं. रेसवर कितीही पैसे हरलो असतो तरीही."

"म्हणूनच मी तुला आतापर्यंत सांगितलं नव्हतं."

"तुझा गळा दाबायला पाहिजे वॅली."

"ते तू करशील, पण आपण जॅकला पहिल्यांदा फोन करून सांगू या. जर उशीर झाला तर आपल्यावरचा संशय वाढेल. आपण सांगू की, आम्ही शहरात येत होतो. तेवढ्यात आमचं पेट्रोल संपलं आणि पुढची सगळी कहाणी आहेच. अरे, आपण हिरो होऊ. तुझी ती स्टनगन सापडेपर्यंत."

आर्थरने थोडा विचार केला.

"नक्की असंच करू या ना?"

"होय. दुसरा काही मार्ग दिसत नाही. समजा आपण ही बॅग घेऊन निघालो

आणि पोलिसांनी अडवलं तर माझं रक्ताळलेलं नाक पाहून ते नक्कीच बॅग उघडून बघतील.''

''तू मला कधी भेटलाच नसतास तर फार बारं झालं असतं.''

''सॉरी. तुझा सेलफोन काढ.'' वॅलीने उडवून लावले.

''पण आता त्याच्या अपार्टमेंटमध्ये जाऊन आपण ती स्टनगन शोधणार होतो, त्याचं काय?''

''त्याचा आता काही उपयोग नाही. अगोदरच इथे पुरती वाट लागली आहे. आपल्याला जर अपार्टमेंटमध्ये जाताना पकडलं तर आपण हा चोरीचा माल परत करणार आहोत, त्याचा काही फायदा नाही. आपणच ती चोरली आहेत, असंच त्यांना वाटेल. उद्या मी काहीतरी निमित्ताने त्या अपार्टमेंटमध्ये जाऊन तुझी स्टनगन शोधून काढीन.''

आर्थरची कुरकुर चालू होती.

''आणखी काही नवीन लफड्यात पडून उपयोगाचं नाही. ही वेळ पॉईंट्स कमवायची आहे. एक लक्षात घे. या वस्तू परत मिळाल्याने त्या गॅलरीच्या मालकाला किती आनंद होईल! तो आपल्याला नक्कीच चांगलं बक्षीस देईल.'' आर्थरने एनवायपीडीला फोन लावून वॅलीच्या हातात दिला.

''जॅक साहेब, मी वॅली बोलतोय. मी रॉडबरोबर काम करतो. आठवलं?''

ऑफिसमध्ये बसलेला जॅक कोड्यात पडला.

''वॅली, कसे आहात तुम्ही? सगळं ठीक आहे ना?''

''तुम्हाला एक सांगायचंय. आज रात्री मी माझ्या आर्थर नावाच्या मित्राबरोबर शहराच्या दिशेने चाललो होतो....''

वॅली बोलत असताना आपण काय घोडचूक करत आहोत, ते आर्थरच्या लक्षात आले. ब्लॅकआउटमध्ये ते शहरात जात होते हे अगदी चमत्कारिक वाटत होते.

''वेस्ट साइड हायवेवर असताना माझ्या गाडीतलं पेट्रोल संपलं.''

''खूप वाईट झालं.'' हे संभाषण कुठे जातंय ते जॅकला कळेना.

''आम्ही गाडीतून बाहेर आलो आणि नदीच्या बाजूच्या रस्त्याने चालायला सुरुवात केली. तेवढ्यात एक वेडसर इसम तिथे आला आणि अचानक त्याने माझ्या नाकावर एक जबरदस्त ठोसा मारला. माझ्या नाकातून केवढं रक्त आलंय म्हणून सांगू!''

''मी एक रुगणवहिका पाठवून देऊ का?'' जॅकने विचारले.

''मी काय सांगतोय ते नीट ऐकून तर घ्या.''

''ओ.के.''

''माझा मित्र आर्थर माझ्याबरोबर होता. त्याने त्याला पकडले आणि दोन लाफा

मारल्या. तो वेडा तिथून धूम पळत गेला. पण त्या गडबडीत त्याच्या पाठीवरची बॅग आर्थरच्या हातात आली. त्या बॅगेत आम्हाला काचेची शिल्पं मिळाली.''

''काचशिल्पं?'' जॅकने विचारले.

''होय. त्याच्यामध्ये एक शिल्प स्लिपरचे आहे. आर्थरच्या म्हणण्याप्रमाणे ही शिल्पं मॅनहॅटनमधल्या त्या नव्या गॅलरीची असली पाहिजेत.''

''बरोबर आहे. आज रात्री ब्लॅकआउट झाल्यावर त्या नव्या गॅलरीत चोरी झाली.'' जॅकने सांगितले, ''तुम्ही नक्की कुठे आहात? तिथेच थांबा. मी येतो.''

वॅलीने फोन बंद केला तेव्हा आर्थर तिथे गवतावर लवंडला आणि आपले डोळे चोळत वॅलीला म्हणाला, ''आपण पोलिसांना बोलावलं ही शहाणपणाची गोष्ट झाली नाही.''

''आता त्याला खूप उशीर झालाय.''

काही मिनिटांत सायरन वाजवत तीन पेट्रोल कार तिथे आल्या.

''या पोलिसांकडे ॲस्पिरीन मिळाली तर बरं होईल.'' वॅली म्हणाला, ''माझं डोकं भयंकर दुखतंय.''

## ३१

चिप प्रसाधनगृहामध्ये गेला तेव्हा जॉर्जिना बाहेर उभी होती. तो आपल्याला गुंगारा देईल, अशी भीती तिला वाटत होती. तिने त्याच्या ड्रिंकमध्ये जे गुंगीचे औषध मिसळले होते त्याचा प्रभाव चिपवर पडायला सुरुवात झाली होती. त्याला झोप लागण्यापूर्वी त्याला एखाद्या निर्जन ठिकाणी घेऊन जायला हवे होते.

बारमध्ये काळोख होता आणि खूप उडकत होते. जॉर्जिना आजीच्या आठवणीने खूप अस्वस्थ झाली होती.

'ती प्रामाणिक, मेहनती आणि तिच्या कामात हुशार होती. कोणाच्या अध्यात ना मध्यात. का बरं तिच्या वाटेला असा भयंकर मृत्यू यावा?'

बाथरूमचा दरवाजा उघडून चिप बाहेर आला. जॉर्जिनाला एवढे दरवजाला चिकटून उभी राहिलली पाहून तो थोडा दचकला.

''इथून आपण जाऊ या.'' चिप जॉर्जिनाला बघून म्हणाला.

काळोख्या बारमधून ती दोघे बाहेर पडली.

''मला घरी जायचंय. मला बरं वाटत नाही.'' चिप म्हणाला.

''मग मी काय करू?'' जॉर्जिनाने विचारले, ''माझ्या हॉटेलपर्यंत या काळोखात एकटीने चालत जाऊ?''

''एकटीने कशाला? मी सोबत येईन. उद्या रात्री जमलं तर परत भेटू या.''

जॉर्जिनाला वाटले की, तो थापा मारत असला पाहिजे.

“माझं हॉटेल तर अप्पर वेस्ट साइडला आहे.”

“आपण चालायला सुरुवात करू. नशीब असेल तर एखादी टॅक्सी मिळेल.”

“मला नाही वाटत टॅक्सी मिळेल. इतक्या वेळात आपल्याला एकही दिसली नाही.”

चिपला वाटले, ‘तिला आजच्या रात्रीपुरतं आपल्या घरी बोलवावं. अप्पर वेस्ट साइड म्हणजे केवढं लांब आहे!’ पण त्याला आत कुठेतरी जाणवत होते की, ही बया खूप त्रासदायक असणार आहे. त्याला आपण कुठे राहतो, हे तिला कळू द्यायचे नव्हते. ती एकदम लहरी होती आणि तिची  वागणूक विचित्र होती.

ते दोघे दोन–तीन ब्लॉक चालत पुढे गेले. तिने तिचे उरलेले ड्रिंक एका प्लॅस्टिकच्या कपात ओतून घेतले होते. त्यातला एक घोट पिण्याचे नाटक तिने केले आणि कप चिपला देऊ केला.

“घे. हा शेवटचा घोट आहे. पी.”

“मला नको. मला खूप चढली आहे.” चिप म्हणाला.

“माझ्या प्रेमाची शपथ आहे तुला. घे.” जॉर्जिना म्हणाली, “प्रेमाची शपथ मोडू नये असं म्हणतात. एक घोट तर आहे. संपवून टाक चल.”

चिपने पाहिले. थोडीशीच तर होती. त्याने एका घोटात संपवून टाकली. चालता चालता ते सेंट्रल पार्कजवळ फिफ्थ अ‍ॅव्हेन्यूवर आले.

इकडे प्रसाधनगृहामधून आलेल्या एका तरुणाने बारटेंडरला एक अंगठी दिली.

“कोणी तरी विसरून गेलेला दिसतोय. उद्या येईल परत न्यायला.”

बारटेंडरने ती अंगठी ठेवून घेतली आणि बार बंद करण्याची घोषणा केली.

हळूहळू गर्दी पांगली. त्याने खिडक्यांवरची शटर्स खाली खेचली. कॅश रजिस्टर बंद केले, तेवढ्यात दोन मुली त्याच्याकडे आल्या.

“माझं नाव रेगन रैली. मी खासगी डिटेक्टिव्ह आहे.” त्यांच्यापैकी एक मुलगी म्हणाली, “मला फक्त दोन मिनिटं तुमच्याशी बोलायचं आहे.”

“काय प्रकार आहे?” बारटेंडरने विचारले.

“आम्ही एका तरुण जोडप्याला शोधत आहोत. मुलाचं नाव चिप जोन्स. उंच आणि सोनेरी केसांचा. तिचे केस डार्क आणि हायलाइट केलेले आहेत. तिच्या कपाळावर केसांची झुलपं ठेवलेली आहेत. ती बाई एकदम धोकादायक आहे. असं कोणी इथे मार्गारीटा प्यायला आलं होतं का?”

“अहो, इकडे सगळे मार्गारीटा प्यायलाच येतात. आज एवढी गर्दी! त्यात काळोख. त्यामुळे तुम्ही म्हणता त्या वर्णनावरून काही सांगायचं म्हटलं तर कठीण आहे, पण थोड्या वेळपूर्वी एक लंबू दोन माार्गारीटा घेऊन गेला.”

"मी विचारतेय ते जरा विचित्रच वाटेल, पण त्याने हातात एक भलीमोठी अंगठी घातली होती का."

ते ऐकताच बारटेंडर उडाला.

"आत्ताच मला कोणीतरी बाथरूममध्ये विसरलेली एक अंगठी आणून दिली आहे."

"कुठे आहे ती?"

त्याने कॅश रजिस्टर उघडूने ती अंगठी त्यांच्या पुढ्यात ठेवली. रेगनने त्या अंगठीवर फ्लॅश लाईटचा प्रकाश टाकला. कॉलेजमधील तरुण मुले घालतात तशा प्रकारची ती मोठी अंगठी होती. रेगनने ती हातात घेऊन नीट पाहिली. तिच्यावर सी आर जे अशी अक्षरे कोरली होती. ही चिप जोन्सची आद्याक्षरे असावीत.

"हा लंबू कधी गेला आठवतंय?"

"फार वेळ नाही झाला. मला वाटतं आम्ही घेतलेली ती शेवटची ऑर्डर असावी."

## ३२

क्ले जेव्हा घरी पोहोचला तेव्हा त्याचा रूममेट बॉब गर्लफ्रेंड डायनाबरोबर टेबलावर मेणबत्त्या लावून जेवत होता.

"हाय! काय चाललंय?" क्लेने विचारले.

"तू होतास कुठे?" बॉबने आपुलकीने विचारले. "तुला भूक लागलीये का?"

"आमच्याकडे भरपूर खायला आहे." डायना उत्साहाने म्हणाली, "फ्रीजमधले सगळे पदार्थ आम्ही संपवतोय. तुझ्यासाठी एक प्लेट घेऊ का?"

"मला नको." क्लेने उत्तर दिले, "मी दोन मिनिटांत परत जातोय. इथे खूप उकडतं आहे. माझा मित्र त्याच्या गच्चीवर पार्टी देतोय. मला मस्त चांदण्यात झोपायची संधी आहे."

तो बाथरूममध्ये गेला. तो थोडा वैतागला होता. डायना नेहमी त्याच्या घरी यायची. तिच्या स्वत:च्या जागेत ती तीन मैत्रिणींबरोबर एकत्र राहायची. त्यामुळे ती बहुधा बॉबबरोबर इथे येत असे. त्यामुळे त्याला स्वत:चा खासगीपणा कधी मिळत नसे. डायनाचे केस कुरळे आणि काळेभोर होते. ती दिसायला खूप आकर्षक होती आणि नृत्यामध्ये प्रवीण होती. बॉब एक अमेरिकनांसारखा दिसणारा देखणा अभिनेता होता. त्याला जाहिरातींमध्ये भरपूर काम मिळत असे.

यश मिळवण्यासाठी क्लेला खूप मेहनत करायला हवी होती. आजच्या रात्री चार पैसे मिळाले तर नट म्हणून पूर्ण वेळ लक्ष केंद्रित करता आले असते.

बाथरूममध्ये डायनाचे टॅपशूज जमिनीवर ठेवलेले होते. नाचाचे कपडे टबच्या

काठावर पडले होते. तिच्या सगळ्या वस्तू अपार्टमेंटभर इतस्तत: विखुरलेल्या असत. क्लेने शूज पाहिले तेव्हा त्याला वाटलं की, ते शूज लॉरेनला आले असते. 'तिला सांगून घेऊन जावेत का? नाहीतरी ते आता वाइन पीत बसले आहेत. आता दोघंही झोपतील. उद्या सकाळी ते उठेपर्यंत आपण परत येऊ.'

क्ले बैठकीच्या खोलीमध्ये गेला आणि कोचच्या मागे ठेवलेली त्याची सायकल घेतली आणि दरवाजाकडे चालवत नेऊ लागला. त्याला एक विचित्र आवाज ऐकू आला. बघतो तर एक टायर सपाट झाला होता.

"अरे बाप रे! हे काय झालं?" तो म्हणाला.

"ओह नो!" डायना हसत म्हणाली, "आय ॲम सॉरी."

"काय?" क्लेने तिच्याकडे पाहिले.

"एका ब्रॉडवेच्या नाटकासाठी मी ऑडिशनला चालले होते. मला आधीच उशीर झाला होता म्हणून तुझी सायकल घेतली; पण परत येताना एक खिळा लागला आणि टायर सपाट झाला. मी उद्या ती दुरुस्त करून देईन."

क्लेचा विश्वास बसेना.

"तू माझी सायकल घेतलीस?"

"जरा समजून घे. माझी ऑडिशन किती महत्त्वाची होती! ब्रॉडवेचं नाटक आहे. तुला सांगायला नको. एक चांगली बातमी म्हणजे माझं काम त्यांना खूप आवडलं आहे."

'हे मला किती गृहीत धरून चालताहेत.' क्लेच्या तोंडून शब्द फुटेना.

"ए मित्रा, डायनाने मनापासून सॉरी म्हटलंय." बॉबने प्रकरण निवळवण्याचा प्रयत्न केला, "ते जाऊ दे. इकडे ये. एक ग्लास वाइन घे. थोडं बरं वाटेल."

क्लेला वाटले की, ही गोष्ट कळली तर लॉरेनचे डोके नक्कीच फिरेल. बाहेर जाण्यापूर्वी तो परत बाथरूममध्ये गेला आणि त्याने डायनाचे टॅप शूज एका प्लॅस्टिकच्या पिशवीत टाकले.

## ३३

केंटने एटीएट स्ट्रीट आणि सेकंड ॲव्हेन्युच्या कोपऱ्यावरील बारच्या समोर गाडी उभी केली. बारमध्ये विशीतल्या मुलामुलींची खूप गर्दी होती.

"जा, मजा कर." केंट बेकीला म्हणाला, "पण जरा संभाळून राहा. आज सगळे मोकाट सुटले असतील."

"काळजी करू नकोस."

बेकी गाडीतून उतरली आणि बारचा दरवाजा उघडून आत गेली. बारमध्ये फक्त मेणबत्त्यांचा मिणमिणता उजेड होता. खूप उकडत होते; पण तिथे जमलेल्या तरुणाईच्या उत्साहात त्यामुळे काही फरक पडला नव्हता. गोंगाट नेहमीपेक्षा थोडा जास्तच होता. त्या वातावरणामुळे बेकीच्या अंगात ताबडतोब उत्साह संचारला. तिने इकडेतिकडे पाहिले. ॲलेक्सीस बार काउंटरवर ड्रिंक्सची ऑर्डर देत होती. तिने साधे सुती कपडे घातले होते; पण तिच्याकडे बघताच ती खूप श्रीमंत आहे, हे कळत होते. बेकीने तिला हाय केले.

ॲलेक्सीसने तिच्याकडे वळून पाहिले आणि तिला मिठी मारली व म्हणाली, "तू आलीस ते किती बरं झालं!"

तिचे उदी डोळे उत्साहाने चमकत होते.

"एक–दोन मित्र आत्ताच गेले. डोडी तिच्या मित्राबरोबर बोलत बसली आहे. तू बिअर घेणार का?"

"चालेल. मी आलेच हं!"

बेकीने बारमध्ये आपली नजर फिरवली. अगदी प्रसाधनगृहापर्यंत जाऊन ती त्या दोघांना शोधून आली, पण ती जोडी कुठेही दिसली नाही. तेवढ्यात काउंटरवर दोन बिअर आल्या. बेकीने तिचे पैसे देऊ केले; पण ॲलेक्सीसने घेतले नाहीत.

"थँक्सऽऽ" बेकी म्हणाली व बिअरचे घुटके घेऊ लागली.

"ॲलेक्सीस, आज रात्री काय घडलं ते तुला सांगितलं, तर तुझा विश्वासच बसणार नाही."

तिने जॉर्जिनाची सगळी हकिगत तिला थोडक्यात सांगितली.

"आज कॉमेडी क्लबमध्ये तिने ज्याला पकडलं त्याचं नाव चिप जोन्स आहे. तुझ्या माहितीचा असा कोणी आहे का?"

"नाही." ॲलेक्सीस म्हणाली.

"मला तुझ्या वडलांच्या घरी बोलवल्याबद्दल धन्यवाद."

"नो प्रॉब्लेम! आता लॉरेन नसल्यामुळे खूप मजा करता येईल. माझ्या डॅडींचा एक मोठा पोहण्याचा तलाव आहे. उद्या दुपारी आपण मस्तपैकी पोहू."

तेवढ्यात डोडी तिच्या मित्राला घेऊन तिथे आली.

"हाय बेकी." डोडीने ओळख करून दिली, "बेकी, हा फिल."

"नाइस टू मीट यू."

फिलने हस्तांदोलन केले.

"मला तुमच्याबरोबर नाही थांबता येणार, सॉरी. मला जायला हवं."

# ३४

गाडीत बसल्यावर रेगनने ती अंगठी किट व बिलीला दाखवली. तिच्यावर कोरलेली सीआरजे अशी आद्याक्षरे स्पष्ट दिसत होती. बारटेंडरने सांगितले होते की, तो नुकताच येऊन गेला. ती स्वत:वर चरफडली. तिने जॅकला फोन लावला.

"मी त्या विभागातल्या पेट्रोल कारना लक्ष ठेवायला सांगतो. आज तसं काम खूप आहे, पण मी त्यांना या प्रकरणाचं महत्त्व सांगितलं आहे."

जॅकने तिला वॅलीचे प्रकरण सांगितले.

"तो वेस्ट साइडच्या फूटपाथवर माझी वाट बघतो आहे. जर त्याच्याकडे असलेला माल गॅलरीच्या मालकीचा निघाला तर देवाचे आभारच मानायला हवेत. आपल्या कंत्राटदाराने आपले काम कसेही केले तरी त्याला बोनस द्यावा लागेल."

"तुझी माणसं हडसन नदीच्या काठी त्या चोराला शोधत असतील तेव्हा त्यांना चिप आणि जॉर्जिनावरसुद्धा नजर ठेवायला सांग. काही सांगता येत नाही."

"मला कल्पना आहे." जॅक म्हणाला, "मी यातून मोकळा झालो की, तुझ्या मदतीला येईन."

रेगनने फोन ठेवला आणि गाडी चालवायला सुरुवात केली. तेवढ्यात तिचा फोन वाजला.

"रेगन, मी बेकी बोलतेय. मी एका बारमध्ये बसलेय. तिथे आत्ताच माझी चिप जोन्सच्या रूममेटशी ओळख झाली."

"त्याचा रूममेट?" रेगन आश्चर्याने ओरडली.

"तो घरी चालला होता. मी त्याला सहज तू चिप जोन्सला ओळखतोस का म्हणून विचारलं, तर तो हो म्हणाला. चिपचे आईवडील त्याला फोन करण्याचा प्रयत्न करत आहेत, पण त्याने फोन बंद करून ठेवलाय."

"तो अजून तिथेच आहे का?"

"होय."

"त्याला थांबायला सांग. आम्ही तिकडे येतो. मला पत्ता सांग."

"एटीएटथ स्ट्रीट आणि सेकंड अॅव्हेन्यूवरचा लोनीज बार."

"तू बाहेर येऊन उभी राहा. आम्ही जवळच आहोत. पाच मिनिटांत येतो."

रेगनने गाडी बारसमोरच्या फूटपाथवर थांबवली. बेकी तिच्या दोन मैत्रिणींना आणि एका तरुणाला – तो बहुतेक चिपचा रूममेट असावा – घेऊन बाहेर फूटपाथवर उभी होती. त्यांना बघताच ते चौघे गाडीतून बाहेर आले.

बेकीने ओळख करून दिली.

रेगनने जॉर्जिनाविषयी थोडक्यात माहिती सांगितली आणि ती अंगठी फिलला दाखवली.

''ही अंगठी त्याचीच आहे. तो आज कॉमेडी क्लबमध्ये जाणार आहे, ते त्याने मला सांगितलं होतं. त्याला गुंगीचं औषध देऊन या बाईने त्याला डाग दिला तर जन्मभर त्याच्या हातावर खूण राहील; पण तो बेशुद्ध झाल्यावर ती त्याला तिथेच टाकून पळून गेली तर त्याची हालत आणखी खराब होईल. एक तर त्याला दम्याचा विकार आहे. त्यात आजचा हा उकाडा आणि दमट हवा....''

''मला कल्पना आहे.'' रेगन म्हणाली, ''त्यासाठीच आपल्याला त्यांना लवकरात लवकर शोधून काढलं पाहिजे. आपल्या माहितीप्रमाणे ते एटी सिक्स्थ स्ट्रीट आणि थर्ड अ‍ॅव्हेन्युवरच्या सॅमीज बारमध्ये येऊन गेले होते. त्याला बहुतेक फार वेळ होऊन गेला नसावा. एवढ्या वेळात ते जास्त लांब गेले नसावेत. अर्थात त्यांनी टॅक्सी पकडली तर गोष्ट वेगळी.''

''मी आत्ताच आमच्या अपार्टमेंटच्या रखवालदाराला फोन केला. चिप अजूनही घरी परतलेला नाही.'' फिल म्हणाला.

''तू तुझ्या काही मित्रांना आम्हाला मदत करण्यासाठी बोलवू शकशील का? आपल्याला पार्क, नदीचा काठ अशा सगळ्या कमी वर्दळीच्या जागा पिंजून काढायच्या आहेत.''

''मी बारमध्ये जाऊन जाहीर आव्हान करून बघते. हा आमच्या वस्तीतला अड्डा आहे. इथे येणारे बहुतेक लोक एकमेकांना ओळखतात.''

''ओ.के. पण त्याच्या कुटुंबीयांना पहिल्यांदा सगळं सांगायला हवं.''

स्यू आणि ख्रिसला जेव्हा सांगितले तेव्हा त्यांना एकदम धसका बसला. ते अपेक्षितच होते. रेगनने त्यांची समजूत घातली की, ते शक्य ते सर्व प्रयत्न करत आहेत.

''पोलीस अगोदरच त्यांच्या मागावर आहेत. इथे फिल आणि आम्ही सगळे मिळून एक शोधपथक तयार करत आहोत.''

''आम्ही गाडीतून ताबडतोब तिकडे येतो.'' चिपचे वडील ख्रिस जोन्स म्हणाले.

''सांभाळून या.'' रेगन म्हणाली, ''गडबडीत गाडी चालवताना काळजी घ्या. त्यात आज ब्लॅकआउट आहे. रस्त्यावर खूप काळोख असेल.''

''इथे काळजी करत बसणं जास्त त्रासदायक आहे.'' ख्रिस जोन्स म्हणाले, ''मी मुलीला फोन करून सांगतो.''

''तिला सांगा की, हे सगळं टीव्हीच्या बातमीत देऊ नकोस.'' रेगनने सावधगिरीची

सूचना दिली. "आपलं नशीब चांगलं असेल तर काही होणार नाही. ते नुसतेच बाहेर फिरायला गेले असतील."

"पण तुम्ही म्हणालात की, तिचे पहिले पाच बळी सोनेरी केसांचे होते म्हणून." स्यूचा आवाज काळजीने कापत होता.

"तसं आहे खरं, पण न्यूयॉर्क शहरात तसं करणं तिला कठीण जाईल. शिवाय एकदा डागल्यावर पळून जायला आज तिच्याकडे गाडी नाही. त्यामुळे तिची हिंमत होणार नाही."

"तसं असेल तर देव पावला!" ख्रिस म्हणाला, "पण यावर माझा फारसा विश्वास नाही."

'माझाही नाही.' रेगनच्या मनात आले.

रेगनने फोन ठेवला आणि शोधपथकाची पाहणी केली. फिल, बेकी, तिच्या दोन मौत्रिणी-ॲलेक्सिस, डोडी, किट आणि बिल.

"आपल्याला नीट ठरवून योजना आखली पाहिजे. फिल बारमध्ये घोषणा करतो आहे. आपण छोट्या-छोट्या गटांमध्ये सगळा भाग वाटून घेऊ."

"माझे डॅडी आले!" त्यांच्या ब्लॉकसमोर रोल्स रॉईस आलेली पाहून ॲलेक्सिस ओरडली, "तेसुद्धा आपल्याला मदत करतील."

कॉनरॅड स्प्रेकल्सला तिथे आलेला पाहून रेगनला धक्काच बसला.

"कॉनरॅड?"

"रेगन?"

"तुम्ही दोघं एकमेकांना ओळखता?"

"अगं, तो लॉफ्ट मी यांनाच विकला."

"छान! भली जिरवलीत लॉरेनची. तो लॉफ्ट तिला एवढा आवडायचा."

"ॲलेक्सीस." कॉनरॅडने आवाज चढवून तिला हळूच दम भरला. लॉरेन नसताना त्याने तो लॉफ्ट विकला ते रेगनला थोडं खटकत होतंच.

"डॅडी, तुम्ही आलात ते किती बरं झालं!" ॲलेक्सिसने त्यांना मिठी मारली. "तुम्ही अगदी वेळेवर आलात. तुमच्या मदतीची गरज आहे."

"ऑफ कोर्स!"

मुलीने दाखवलेल्या आपुलकीने कॉनरॅडचा गळा दाटून आला. बऱ्याच दिवसांत त्यांची साधी भेटही झाली नव्हती. त्याला गलबलून आलं.

"रेगन, तुम्ही इथल्या प्रमुख आहात. आम्ही काय करायचं तेवढं सांगा." आपल्या भावनांना आवर घालत तो म्हणाला.

# ३५

वेस्ट साइड हायवेवर पार्क केलेल्या पोलीस गाड्यांचे लाल दिवे अंधारात चमचमत होते. आर्थर आणि तो अजूनही जमिनीवर बसले होते. जॅक आणि त्याचा साहाय्यक कीथ खाली वाकून त्यांची चौकशी करत होते. काचेची शिल्पे ब्लँकेटवर पसरून ठेवली होती. पोलीस आसपासच्या भागात त्या पळून गेलेल्या चोराचा माग शोधत होते.

आर्थरचे डोके चक्रावून गेले होते. 'रात्री आपण जॅक रैलीच्या घरात घुसतो, त्याच्या बायकोला गच्चीवर बंद करतो आणि आता इथे जॅक आपलं कौतुक करतो. सगळं विलक्षणच आहे!'

जॅकने आर्थरच्या पाठीवर थोपटले, "जर तुम्ही त्या चोराला अडवलं नसतं...."

"आणि माझं काय? मी त्या वेड्याला 'हॅलो' म्हटलं म्हणून तर हे पुढचं सगळं घडलं."

जॅक हसला.

"तुमचं बरोबर आहे. तुम्ही दोघं माझ्या ऑफिसमध्ये चला. गॅलरीच्या मालकाला मी बोललोय. ते एकदम खूश आहेत. तेसुद्धा तिकडे येणार आहेत. तुम्हाला भेटायला त्यांना आवडेल. तोपर्यंत या शिल्पांवरचे आणि बॅगेवरचे ठसे तपासून काही सुगावा मिळतो का, ते बघायला हवं."

"माझ्या गाडीचं काय?"

"गाडीच्या किल्ल्या मला द्या. माझी माणसं गाडी घेऊन ऑफिसमध्ये येतील."

"ओ.के."

"तुमच्यासुद्धा हातांचे ठसे आम्हाला घ्यावे लागतील. तुमचे हात या सगळ्या वस्तूंना लागले आहेत त्यामुळे."

हे ऐकून आर्थर सुन्न झाला. त्याच्या हाताचे ठसे पूर्वी कधी घेतले गेले नव्हते. 'या निमित्ताने ते पोलिसांच्या रेकॉर्डमध्ये जातील आणि त्या स्टनगनवरच्या ठशांशी ते जुळले की, मग आपली शंभरी भरलीच म्हणून समजा!'

वॅली आणि आर्थर पोलिसांच्या गाडीतून डाऊनटाऊनमध्ये गेले. कीथ आणि जॅक पुढे बसले होते. आर्थर खूप घाबरला होता. त्याला वाटले, 'पुढच्या खेपेला आपल्या हातात हातकड्या घातलेल्या असतील.' आर्ट गॅलरीचे मालक लिओन आणि झोरा पीटर्स वन पोलीस प्लाझामध्ये अगोदरच आलेले होते. या घटनेला चांगली प्रसिद्धी मिळाली तर फुकटची जाहिरात होईल, याची कल्पना असल्याने त्यांनी प्रेसच्या लोकांना बोलवून घेतले होते. वृत्तपत्रांचे वार्ताहर आणि छायाचित्रकार

लिफ्टमध्ये आणि भुयारी रेल्वेमध्ये अडकलेल्या लोकांच्या बातम्या देऊन कंटाळले होते. इथे काहीतरी वेगळी बातमी मिळेल म्हणून त्यांची उत्सुकता ताणली होती. आर्थर आणि वॅली येताच लिओन आणि झोराने आलिंगन देऊन त्यांचे स्वागत केले.

"तुमचे आभार कसे मानावेत ते कळत नाही."

एका वार्ताहराने वॅलीच्या हातात मायक्रोफोन देत विचारले, "कसं वाटतंय?"

"माझं नाक खूप दुखतंय," वॅली म्हणाला, "पण आमच्या हातून एका गुन्हेगाराला मौल्यवान वस्तूंची चोरी करताना अटकाव झाला याबद्दल आम्हाला अभिमान वाटतोय. तो चोर पळून गेला; पण न्यूयॉर्क पोलीस लवकरच त्याला पकडून तुरुंगात टाकतील याची आम्हाला खात्री आहे. अशा लोकांसाठी तीच योग्य जागा आहे."

आर्थर वॅलीकडे मोठ्या अचंब्याने पाहत होता.

वार्ताहराने त्याला विचारले, "आम्ही ऐकलं की, तुम्ही तुमच्या मित्रावर हल्ला करणाऱ्या त्या चोराला पकडलं."

आर्थरने एक आवंढा गिळला.

"गॅलरीच्या मालकांना त्यांची मौल्यवान शिल्पं परत मिळाली, याचा मला आनंद झाला आहे. मी माझ्या मित्राला मदत करायला गेलो तेव्हा मला कल्पना नव्हती की, ज्यांना मी पूर्वी कधीही भेटलो नव्हतो अशा या अनोळखी लोकांना त्यामुळे मदत होणार आहे."

लिओन आणि झोरा पीटर्स बाजूला राहून ऐकत होते. त्यांनी आर्थरच्या त्या वाक्याला दाद दिली. आणखीन दोन-चार प्रश्नांना उत्तरे देऊन ते जॅकच्या ऑफिसमध्ये गेले. तिथे उत्सवी वातावरण होते.

"तुम्ही हे धाडस केलंत त्याबद्दल मी तुमचा आभारी आहे. पण मला हे कळत नाही की, एवढ्या रात्री तुम्ही कुठे जात होता?" लिऑनने विचारले.

"आम्ही ऐकलं होतं की, डाऊनटाऊनमध्ये जागोजागी ब्लॉक पार्टी चालू आहेत. बारमध्ये धमाल चालू आहे. आमच्याकडे न्युसर्जीला अगदी शांत होतं." आर्थर अडखळत म्हणाला.

"मी कनेक्टिकटहून घरी परत येत होतो तेवढ्यात ब्लॅकआउट झाला. माझ्या बॉसने मला ड्रॉप केलं तेवढ्यात आर्थर गाडीतून तिथे आला आणि म्हणाला की, चल, आपण सिटीमध्ये जाऊ."

जॅकला वाटले, 'असं असेल तर वॅली आर्थरच्या गाडीत असायला हवा होता.'

तेवढ्यात एक पोलीस आर्थरची स्टनगन घेऊन आला.

"नेब्रास्कामधली एक छोटी कंपनी हे मॉडेल इंटरनेटवर विकते. त्या कंपनीने व्यवसाय बंद करून बरेच दिवस झाले आहेत. हे सगळ्यांत स्वस्तातलं मॉडेल आहे. ही गन कोणाला विकली त्याचा पत्ता उद्या सकाळी मिळेल."

''टेरिफिक!'' जॅक इतरांकडे वळून म्हणाला, ''माझ्या घरामध्ये ही स्टनगन घेऊन कोणीतरी घुसलं होतं. ते असतानाच माझी बायको घरात आली. नशीब तिला काही दुखापत झाली नाही.''

''ओह नो!'' झोरा म्हणाली, ''सगळे चोर आज कामगिरीवर बाहेर पडलेले दिसतायत.''

''या वेळच्या ब्लॅकआउटमध्ये अजून तरी शांतता आहे.'' जॅक म्हणाला, ''हे चोर आम्हाला रोजचेच असतात.''

''जमलं तर या दोघांची मदत घ्या.'' आर्थर आणि वॅलीकडे इशारा करत लिओन विनोदाने म्हणाला. ''अगदी सहजपणे त्यांनी ही चोरी पकडली. डोकं चालवायचं ठरवलं, तर कोण जाणे काय करतील!''

वॅली आणि आर्थरला ओढूनताणून हसावे लागले.

''माझ्या अपार्टमेंटचे नूतनीकरण चालू आहे. ते काम वॅलीच्या हाताखाली आहे. त्यामुळेच तर त्यांनी मला फोन कला.'' जॅकने सांगितले. ''बायद वे आर्थर, तुम्ही काय करता?''

''संगणक.'' आर्थरने तत्परतेने उत्तर दिले. घाईघाईत तो पुढे म्हणाला, ''म्हणूनच तर ती शिल्पं मी ताबडतोब ओळखली. त्या गॅलरीबद्दल मी इंटरनेटवर वाचलं होतं.''

## ३६

''तिकडे एक टॅक्सी दिसतेय.'' फिफ्थ ॲव्हेन्युपर्यंत चालत आल्यावर चिप जॉर्जिनाला म्हणाला.

तो धडपडत पुढे आला आणि त्याने टॅक्सीला हात केला. ड्रायव्हरने करकचून ब्रेक दाबत टॅक्सी थांबवली. तो दार उघडून आत बसला.

''तुम्ही कुठे जाताय?'' ड्रायव्हरने खिडकीतून डोके बाहेर काढले आणि उभ्या असलेल्या जॉर्जिनाला विचारले.

चिपने अचानक टॅक्सी थांबवल्यामुळे तिला काही करता आले नाही आणि ती तशीच सुन्न होऊन उभी होती.

''ही माझी शेवटची फेरी आहे.'' ड्रायव्हर म्हणाला, ''या अंधारात इथे उभं राहणं धोक्याचं आहे. बाईसाहेब, तुम्हाला कुठे जायचंय ते सांगा आणि गाडीत येऊन बसा.''

एका क्षणात जॉर्जिनाने निर्णय घेतला. पत्ता सांगितला आणि आत येऊन

बसली. चिप डोळे बंद करून मागे रेलून बसला. ड्रायव्हरने गप्पा मारण्यात वेळ न घालवता गाडी चालू केली. रस्त्यावरची रहदारी खूपच कमी झाली होती. दहा मिनिटांतच जॉर्जिनाने सांगितलेल्या पत्त्यावर टॅक्सी जाऊन पोहोचली.

ड्रायव्हरने विचारले, ''कोणत्या इमारतीमध्ये जायचं आहे?''

''आम्ही इथेच कोपऱ्यावर उतरतो.'' जॉर्जिनाने मीटर पाहून पटकन तीन–चार नोटा त्याच्या हातात दिल्या. मधले पार्टीशन बंद करून तिने चिपला ढोसले, ''कम ऑन चिप!''

''काय?''

डोळे चोळत चिपने आजूबाजूला पाहिले. ''आपण कुठे आहोत?'' जॉर्जिनाने त्याचा दंड पकडून दरवाजा उघडला आणि म्हणाली, ''आपल्याला उतरायला हवं.''

''मी घरी जाणार आहे.'' त्याने कुरकुरत सांगितले.

''अरे, तुला धड चालता येत नाहीये. चार जिने चढून तू घरी कसा जाणार आहेस?''

तिला काळजी करायचे काहीच कारण नव्हते. ड्रायव्हरचे त्यांच्याकडे लक्ष नव्हते. चिपची मती गुंग झाली. तो हळूहळू गाडीच्या बाहेर आला. बाहेर मिट्ट काळोख होता. रस्त्यावर निर्मनुष्य शांतता होती. जॉर्जिनाने त्याचा हात पकडला.

''चल, मी तुला काहीतरी दाखवणार आहे.''

जॉर्जिना त्याचा हात धरून त्याला रस्त्यावरील इमारतींपासून लांब दूरवर घेऊन जायला लागली.

''मी खूप थकलोय. मला आडवं व्हायचं आहे.'' चिप म्हणाला.

''एका मिनिटात तुला आडवं व्हायला जागा मिळेल.''

जवळच एक गवताळ पट्टा होता. तिने त्याच्या हातावरची पकड घट्ट केली.

''ही जागा छान आहे. दुसरीकडे जाण्याची गरज नाही.''

एका दगडी भिंतीपाशी ती थांबली.

''आपण त्या झुडपाच्या आडोशाला जाऊ. ती जागा छान आहे. शिवाय लोकांच्या नजरेआड.''

''एवढा अंधार आहे, काही दिसत नाही.'' चिप अडखळत म्हणाला.

तो जमिनीवर बसला आणि आडवा झाल्याबरोबर झोपी गेला.

जॉर्जिनाने त्याच्या शेजारी बसत सुटकेचा निःश्वास टाकला. तिने पर्स उघडून सिगारेट काढली. सिगारेट पेटल्यावर तिने तिचा फोन काढला. पॉलेट, मेलोनी आणि डेक्स्टरचे व्हॉईस मेसेज होते. 'मेलोनी आणि डेक्स्टर कॉमेडी क्लबमध्ये येणार नव्हते तर त्यांनी का बरं फोन केला असेल? किटला मी तिथे कॉमेडी

क्लबमध्ये न सांगता सोडून गेले म्हणून हॉटेलमध्ये परत गेल्यावर तिने मेलोनी आणि डेक्स्टरकडे माझी तक्रार केली असेल. म्हणून त्यांनी मला फोन केला असेल. पॉलेट अगदी फडतूस आहे. तिचा मेसेज उद्या सावकाश बघू.' असा विचार करून तिने फोन परत पर्समध्ये टाकला. कुतूहल म्हणून तिने चिपचा फोन त्याच्या बेल्ट पाऊचमधून काढला. तो फोन म्हणजे एक छोटासा संगणकच होता. परवलीच्या शब्दाशिवाय तिला त्यातील निरोप ऐकता आले नसते. म्हणून तिने तो चिपच्या बाजूला फेकून दिला आणि सिगारेट ओढायला लागली. आकाशातले चांदणे निरखता–निरखता तिने एक गाणे गुणगुणायला सुरुवात केली.

तिने फोन फेकला तेव्हा चुकून रिडायल बटण दाबले गेले आणि चिपच्या घरी फोन वाजू लागला. ते दोघे घराला कुलूप लावून बाहेर पडत होते; पण फोन वाजताना ऐकून ते परत घरात आले.

''हॅलो चिप.'' ते ओरडले, ''चिप, प्लीज आमच्याशी बोल.''

फोनमधून येणाऱ्या आवाजाने जॉर्जिना थोडीशी गोंधळली. तिने फोन उचलला.

''चिप, मॉम बोलतेय आणि डॅड. कुठे आहेस तू?''

जॉर्जिनाने फोन खट्टकन बंद केला.

'चिपचे आईवडील आहेत वाटतं. चिप आणि माझी मैत्री त्यांना आवडेल का? हे म्हातारे पक्के असतात. मेनमधल्या आपल्या घरात पायसुद्धा ठेवायला देणार नाहीत.'

सिगारेटचे झुरके मारत ती चिपच्या शेजारी पहुडली.

'हा किती भाग्यवान आहे! त्याचे आईवडील त्याची किती काळजी करताहेत. आपल्या जन्मापासून अशी माया आपल्या वाटेला कधी आली नाही. या जगात आपली काळजी करणारं कोणी नाही.' या विचाराने ती वैतागली.

चिप गाढ झोपला होता. तो एवढा शांत होता की, तिने वाकून त्याचा श्वास चालू आहे की नाही, याची खात्री केली.


## ३७


लोनीज बारच्या बाहेर तरुणाईची गर्दी मिनिटामिनिटाला वाढत होती. फिलने बारमध्ये जाऊन शोधपथक तयार करण्यासंबंधात घोषणा करताच बारमधून सर्व जण बाहेर आले. जवळपास प्रत्येक जण आपल्या फोनवरून त्याच्या मित्रांना त्यांचे फ्लॅशलाईट्स घेऊन यायला सांगत होता. अशी वेळ येते तेव्हा संकटात सापडलेली व्यक्ती आपलीच असावी, असे वाटू लागते.

एक लहानसर सावळी मुलगी रेगनला म्हणाली, ''हे किती विचित्र आहे! सर्वसाधारणपणे मुलगी हरवते, मुलगा नाही.''

''खरं आहे.'' रेगन म्हणाली, ''कृपा करून इकडे लक्ष द्या.'' रेगन गर्दीला उद्देशून म्हणाली, ''एवढ्या रात्री ज्या तत्परतेने तुम्ही इथे आलात त्याबद्दल पहिल्याप्रथम मी तुम्हा सर्वांचे आभार मानते. चिप जोन्सचे आईवडील मेनवरून इथे यायला निघाले आहेत. लोनीजच्या बारटेंडरचं नाव जोश गॅस्पर आहे. त्याने बार रात्रभर उघडा ठेवण्याचं कबूल केलं आहे. त्यामुळे हा बार आपल्याला संपर्ककेंद्र म्हणून वापरता येईल. सर्वांनी जोशचे लँडलाईन आणि सेलनंबर सेव्ह करून ठेवा. मधूनमधून फोन करून आढावा घेत राहा. सर्वांनी माझा आणि फिलचा फोननंबर सेव्ह करून ठेवा. काही घडलं तर आम्हाला ताबडतोब कळवा. सर्वांनी आपलं नाव आणि सेलनंबर जोशकडे द्या. म्हणजे गरज पडली तर आम्हाला संपर्क साधता येईल. आपल्याला विशेषत: एकाकी आणि रहदारीपासून लांब असलेल्या जागा पाहायच्या आहेत. आता सर्वांनी छोटे–छोटे गट करा म्हणजे कोणी कुठे जायचं ते ठरवता येईल.''

''आम्ही सात–आठ जण आहोत. आम्ही सेंट्रल पार्कमध्ये जातो.'' एक मुलगा म्हणाला.

''ग्रेट!'' रगेन म्हणाली, ''बाकीच्यांनी अप्पर ईस्ट साइडवर लक्ष केंद्रित करा. नदीच्या काठाने आणि कार्ल शूर्ज पार्कच्या बाजूला जा. एकाच जागी दोन गट आले, तर एकाने दुसऱ्या बाजूला जा.''

रेगनचा फोन वाजला.

''मला वाटतं चिपची आई आहे.''

रेगनने फोन घेतला.

''रेगन, कोणीतरी आत्ता चिपच्या फोनवरून फोन केला.'' ख्रिस जोन्स बोलत होते. बाजूला चिपच्या आईचा रडण्याचा आवाज ऐकू येत होता.

''फोनवर काय बोलणं झालं?''

''आम्ही एका बाईचा गाण्याचा आवाज ऐकला आणि लगेच फोन बंद झाला. आम्ही पुन्हा फोन केला; पण तो व्हॉईस मेलवर गेला.''

''गाणं गात होती? गाण्याच्या ओळी सांगता येतील का?''

''ओन्ली द गुड डाय यंग'' स्यूने उत्तर दिले, ''ही एकच ओळ ती परत परत गात होती.''

''तुम्ही आणखी काही ऐकलंत का?''

''गाडीच्या हॉर्नचा आवाज आला. शिवाय पोलिसांच्या गाडीचा सायरन.''

''ते बाहेरून उघड्या जागेवरून फोन करत होते का?''

"तसं असेल बहुधा. पण या फोनचा अर्थ काय?"

"रिडायलचं बटण चुकून दाबलं गेलं असेल. त्या गाण्याचा काही खास अर्थ असेलही. सांगता येत नाही. मी चौकशी करीन."

"फोन जॉर्जिनाकडे होता आणि चिप आमच्याशी बोलला नाही. याचा अर्थ तिने त्याला गुंगीचं औषध पाजलं असलं पाहिजे."

"आम्ही चारी दिशांनी शोधपथकं पाठवली आहेत. शिवाय पोलीसही मागावर आहेत. तुम्ही काळजी करू नका." रेगनने दिलासा दिला.

तिने फोन ठेवल्यावर रेगनने अटलांटातील डिटेक्टिव्ह मॅकफॅडनला फोन लावला आणि त्या गाण्यासंबंधी पॉलेटकडे चौकशी करायला सांगितले. जॉर्जिनाची आजी लोअर ईस्ट साइडला कुठेतरी राहत होती, एवढी माहिती मिळाली.

रेगनने गर्दीतील लोकांचे लक्ष वेधून घेतले आणि त्यांना चिपच्या आईवडिलांच्या फोनची माहिती दिली.

"आपल्याला पटकन निघालं पाहिजे. चिपला एव्हाना कदाचित गुंगीचं औषध पाजलं असेल. एक लक्षात ठेवा, कोणीही एकेकटे जाऊ नका. काळजी घ्या."

कॉनरॅड, किट, अलेक्सिस, बेकी, डोडी आणि फिल बरोबर उभे होते. रेगन त्यांच्याकडे वळली.

"आम्ही कुठे जाऊ?" कॉनरॅडने विचारले.

"बघू या. फिलचे मित्र अप्पर ईस्ट साइडला गेले आहेत."

फिलने मान डोलवली.

"डोडी आणि मी इथेच तपास करतो. हा भाग आमच्या चांगला परिचयाचा आहे. मी सगळ्यांशी संपर्क ठेवीन. शोधपथकांचा उत्साह लवकर मावळता कामा नये."

"फिलची कल्पना चांगली आहे." रेगन म्हणाली, "कॉनरॅड, तुम्ही बेकी आणि अलेक्सीसला घेऊन ट्रिबेकाला जा. तुम्हाला त्या भागाची चांगली माहिती आहे. नदीच्या काठाकडच्या निर्जन भागात ते सापडण्याची शक्यता आहे. माझा गट लोअर ईस्ट साइड बघून घेईल. जॉर्जिनाची आजी इथे राहायची. कदाचित ती चिपला तिथे घेऊन जाईल."

"तू म्हणतेस ते बरोबर आहे." कॉनरॅड म्हणाला आणि आपल्या गाडीकडे गेला.

"त्याच्या आईवडलांना काय वाटलं असेल ते आता मला कळायला लागलं आहे. आम्ही त्याचा शोध घेत रात्रभर फिरू."

"धन्यवाद, तुमची मुलगी अगदी छान आहे बरं का!"

"माझं नशीब!" कॉनरॅड हसत हसत म्हणाला.

रेगन जॉर्जिना कुठे गेली असावी, त्याचा विचार करू लागली. 'आज तिच्याकडे गाडी नव्हती. म्हणजे एखादी नवीन जागा शोधणं शक्य नाही. अशा वेळी ती बहुधा आपल्या परिचयाच्या विभागात जाईल. तिच्या परिचयाचा हा विभाग मॅनहॅटनमध्ये कुठे असेल? आणि तिने तो विशिष्ट विभागच का निवडला असेल?'

## ३८

कंत्राटदार रॉड आपली पत्नी लीबरोबर पॅशिओ टेबलावर ड्रिंक घेत बसला होता. मुले बेडरूममध्ये झोपली होती. टेबलावर एक जुना ट्रान्झिस्टर रेडिओ लावलेला होता. त्यावर ब्लॅकआउटच्या बातम्या अधूनमधून येत होत्या.

"हा ब्लॅकआउट उद्या सकाळपर्यंत राहिला तर मला बुधवारी रैलीना काही बहाणा सांगण्याची गरज नाही.'' रॉड बायकोला म्हणाला.

"तू अशी चलाखी कशी काय करतोस देव जाणे! माझ्या तर पोटात गोळा आला असता.''

तेवढ्यात रेडिओवर सोहोमधल्या गॅलरीतील काचशिल्पांच्या चोरीची आणि नंतर जॅक रैलीच्या लॉफ्टमध्ये झालेल्या घुसखोरीची सविस्तर बातमी दिली गेली.

"अरे देवा!'' रॉड म्हणाला. "रैलीच्या घरामध्ये कोणीतरी घुसलं? भयंकर आहे!''

"ठीक आहे. पण रैली तर खूश दिसतोय. वॅलीमुळे त्याला ती शिल्पं विनासायास परत मिळाली.'' लीने व्यवहारी दृष्टीतून सांगितले.

"अगं, काल आम्ही खूप उशिरापर्यंत काम केलं आणि उद्याही आम्हाला लवकर जायचंय. हा वॅली सिटीमध्ये कशाला गेला होता ह्याचं मला आश्चर्य वाटतंय. मी फोन करून बघतो.''

वॅलीला फोन लागला नाही म्हणून त्याने जॅकला फोन केला.

"मी आत्ताच रेडिओवरच्या बातमीत वॅलीच्या कामगिरीबद्दल ऐकलं. ग्रेट! आणि तुमच्या घरामध्ये कोणीतरी घुसलं होतं?''

"बातमी किती पटकन पसरते. नशिबाने रेगनला काही झालं नाही. ते सगळ्यात महत्त्वाचं!''

"पण ते आत घुसले कसे?''

"जबरदस्तीने घुसल्याच्या काही खुणा मिळाल्या नाहीत. त्या अर्थी त्यांच्याकडे चावी असली पाहिजे.''

"मी निश्चितपणे सांगतो की, आम्हाला दिलेल्या किल्ल्या आमच्याकडेच

आहेत. वॅली, फ्रँक आणि मी कनेक्टिकटहून घरी येत होतो.''

''तुम्ही काळजी करू नका. घर घेतल्यानंतर आम्ही कुलूप बदललं नव्हतं. त्याच्या चाव्या कोणकोणाकडे असतील काही पत्ता लागणार नाही. नव्या घरामध्ये चोरी करण्यासारखं नव्हतंच. फक्त आमची एक चूक झाली. मधली भिंत पाडल्यावर तरी आम्ही नवं कुलूप लावायला हवं होतं.''

तेवढ्यात रॉडच्या घरामधल्या दिव्यांची क्षणभर उघडझाप झाली.

''मला वाटतं आमच्या या भागात दिवे परत येत आहेत.''

''फँटॅस्टिक!'' जॅक म्हणाला, ''सगळीकडेच दिवे आले तर फार बरं होईल. वॅलीशी तुम्हाला बोलायचंय का? तो आम्हाला दुसऱ्या एका केसमध्ये मदत करतो आहे.''

''मीपण तुमच्या शोधपथकात सामील होतोय.'' रॉड म्हणाला.

जॅकने वॅलीच्या हातात फोन दिला. ''हॅलो.''

''वॅली, आता तू हिरो झालास!''

''माझ्या नाकाचा घोळणा फुटलाय; पण आज मी खूश आहे. कारण त्यामुळे एक चोरी पकडता आली. आता आम्ही एक शोधपथक तयार केलंय आणि अप्पर वेस्ट साइडवर एका तरुण जोडप्याला शोधण्याची कामगिरी आमच्यावर सोपवलेली आहे.''

''आम्हाला अप्पर वेस्ट साइडला जायचंय. काही वेळातच आम्ही निघतोय.''

''मी लगेचच निघतोय. जवळ पोहोचलो की, मी फोन करेन. मग आपण ठरवू नक्की कुठे भेटायचं ते.''

रॉडने फोन ठेवला. त्याला मदत करायची होती, पण त्यापेक्षा त्याला वॅलीचा मित्र आर्थर कोण आहे ते एकदा बघायचे होते. जॅकला कोणाचातरी संशय आला असणार; पण त्याने तसे स्पष्टपणे सांगितले नव्हते. त्याचा प्रामाणिकपणा सिद्ध करण्यासाठी त्या संशयाची शहानिशा करणे आवश्यक होते.

## ३९

''सुरक्षाप्रमुखाच्या म्हणण्याप्रमाणे जॉर्जिनाची आजी ज्या बारमध्ये काम करत होती तो बार इथे असला पाहिजे.'' रेगन एका हेल्थ फूड रेस्टॉरंटसमोर गाडी थांबवत म्हणाली.

''आणि तिच्या आजीबद्दल त्याने जे सांगितलं त्यामुळे ती तिच्या कबरीत उठून बसेल.'' विलीने भर घातली.

रेगनने एक सुस्कारा सोडला, ''जॉर्जिनाची आजी गेल्याचा तिला खूप मोठा

धक्का बसला असेल.''

मेलोनीने मान डोलावली, ''तिनं आजीबद्दल जेव्हा सांगितलं तेव्हा मलाही तसंच वाटलं.''

''मला वाटतं आजी गेल्यावर ती न्यूयॉर्कमध्ये परत आली नसावी.''

''मी बऱ्याच वर्षांनी न्यूयॉर्कमध्ये येतेय असं ती मला कॉन्फरन्समध्ये म्हणाली होती, पण तिची आजी इथं राहत होती, हे तिनं काही सांगितलं नव्हतं.'' मोलनी म्हणाली.

रेगनने आसपास पाहिले. रस्त्यावर काळोख आणि शुकशुकाट होता. ''मला वाटत नाही जॉर्जिनाला ही जागा सोयीची होईल. आपण लोअर ईस्ट साइडला जाऊन बघू.''

तेवढ्यात रेडिओवरून न्यूजर्सीमध्ये दिवे आल्याची बातमी दिली.

''मॅनहॅटनमध्ये दिवे आले तर आपल्याला किती फायदा होईल!'' रेगन म्हणाली.

लोअर ईस्ट साइडला जाताना सेकंड स्ट्रीट आणि सेकंड ॲव्हेन्युच्यामध्ये एक जुने कबरस्तान लागले. त्याचे लोखंडी प्रवेशद्वार साखळीने बंद करून ठेवले होते.

''जॉर्जिनाला हवी असलेली जागा कदाचित हीच असेल.'' रेगन म्हणाली आणि तिने गाडी थांबवली.

''या कबरस्तानाविषयी एक गमतीदार गोष्ट मला माहीत आहे.'' बिली म्हणाला, ''१८५२ च्या कायद्यानुसार मॅनहॅटनमध्ये दफन करण्यास मनाई आहे. त्या वेळच्या जुन्या कबरस्तानांपैकी फक्त एकच कबरस्तान आज उरलंय ते म्हणजे हे. याच्यामागे एक मोठा इतिहास आहे. १८३० आणि १८४९ मध्ये कॉलराच्या दोन मोठ्या साथी येऊन गेल्या. त्यामध्ये हजारो लोक दगावले. साहजिकच दफनभूमी कमी पडू लागली. तेव्हा क्वीन्समध्ये नवीन कबरस्ताने तयार होत होती. शिवाय मॅनहटॅनमधल्या लोकांना वाटायचं की, कबरीतील पाणी झिरपून पिण्याचं पाणी दूषित होतं आणि कॉलरा फैलावायला मदत होते. त्यामुळे मॅनहॅटनमधल्या कबरी उकरून शवपेट्या तिकडे नेऊन पुरण्यात आल्या.''

''जॉर्जिनाच्या आजीला क्वीन्समध्ये पुरलं असेल का?'' रेगन विचार करत म्हणाली.

''जॉर्जिना क्वीन्समध्ये तर गेली नसेल?'' किटने विचारले.

''ती शक्यता नाही. एकतर क्वीन्स इथून खूप लांब आहे. तिला तिकडे जायला आणि नंतर परत यायला टॅक्सी मिळणं कठीण आहे. शिवाय एवढ्या रात्री कबरस्तानाकडे टॅक्सी न्यायला सांगून ड्रायव्हरला संशय आला असता.'' रेगन म्हणाली, ''आपल्याला ईस्ट रिव्हरलाच जाऊन पाहायला हवं.''

रेगनने मध्येच गाडी थांबवली.

"काय झालं?" किटने विचारले.

"मी अटलांटाला फोन लावून आणखी काही धागादोरा मिळतो का ते बघते. तसं मॅनहॅटनभर शोधायला रात्र पुरणार नाही. आपल्याकडे वेळ खूप कमी आहे."

फोन लावत असताना तिच्या मनात त्या गाण्याविषयी विचार चालू होता. काय बरे अर्थ असेल याचा.

*ओनली द गुड डाय यंग*

## ४०

लॉरेन ट्रीटॉप्स हॉटेलसमोरच्या बाकावर क्लेची अधीरतेने वाट बघत होती. शेवटी एकदाचा क्ले तिला दिसला. तो हॉटेलच्या दारात होता. ती त्याला हाक मारायला गेली तर लॉबी मॅनेजरने तिला आत बोलावले.

"वेलकम बॅक! आमच्याकडे रेडिओचा एक वार्ताहर आला आहे. त्याने तुम्हाला टीव्हीवर पाहिले."

"तू टीव्हीवर केव्हा गेलीस?" क्लेने आश्चर्याने विचारले.

"मी या हॉटेलमध्ये चेकइन केलं तेव्हा टीव्हीवाल्यांनी माझी मुलाखत घेतली होती. मी या रेडिओवाल्यांचं संपवून पटकन येते." लॉरेन म्हणाली. तिने मेकअप करण्यासाठी पर्स काढली.

"तो रेडिओवाला नुसता मायक्रोफोन घेऊन उभा आहे. त्याच्याकडे कॅमेरा नाही. लवकर जा एकदाची." क्ले वैतागून म्हणाला. दहा मिनिटांनी ती बाहेर आली आणि ते चालू लागले.

"तुला इतका वेळ का लागला?" लॉरेनने विचारले.

"वेळ मला लागला! तू आता त्या रेडिओला मुलाखत दिलीस त्याचं काय?"

"मी त्यांना नाही कसं म्हणणार? हॉटेलवाल्यांनी मला हे भिकारडे शूज दिले आहेत; पण तुला उशीर का झाला ते सांगितलं नाहीस."

"माझ्या रूममेटची मैत्रीण माझी सायकल मला न विचारता घेऊन गेली आणि परत आणताना पंक्चर करून ठेवली. मी तिचा गळा दाबणार होतो, पण मग मी फिटंफाट केली. तिचे टॅप शूज तिला न विचारता घेऊन आलो. मला वाटतं तुझ्या पायांना ते नीट होतील."

"टॅप शूज! जिन्यावरून जाताना काय मजा येईल! तू तुझ्यासाठीसुद्धा आणायला

हवे होतेस. आपण मग फ्रेड आणि जिंजरसारखे वाटलो असतो.''

"हे बघ, मी तू सांगितलेली माझी भूमिका इमानदारीत करतोय. तुझी किल्ली चालली नाही तर उपयोगी पडावीत म्हणून मी सायकल दुरुस्तीची हत्यारं बरोबर घेतली आहेत. टॅप डान्सिंगचं अगोदर सांगितलं असतंस तर रूममेटचे शूज घेऊन आलो असतो.''

सिक्स्थ ॲव्हेन्यु आणि सेंट्रल पार्क साऊथवरून जाताना लॉरेनला समोरून येणाऱ्या गाडीच्या प्रकाशात एक नेहमीची परिचित गाडी दिसली आणि ती ओरडली, "ओह नो!''

"काय झालं?''

"अरे, ती कॉनरॅडची रोल्सराईस आहे. तो वेस्टला चाललाय.''

"नक्की?''

"होय. तो स्वतःच गाडी चालवतोय. मी त्याच्याशी बोलले तेव्हा तो कनेक्टिकटमध्ये होता. तो माझ्यावर पाळत ठेवून असला पाहिजे.''

"तुझ्यावर पाळत ठेवण्यासाठी गाडीतून फिरण्याची गरज काय? टी.व्ही., रेडिओवरून तुझं दर्शन बसल्या जागी होतं आहे. लाइव्ह फ्रॉम ट्रीटॉप्स हॉटेल : कँडीवाल्याला तू रस्त्यावरून चालत फिरत असशील याची कल्पना असणं अशक्य!''

"त्याला त्या तिजोरीचा पत्ता लागला असेल म्हणून तर तो चालला नसेल?'' तिने घाबरून विचारले.

"तू उगाच घाबरते आहेस. भित्यापाठी ब्रह्मराक्षस!''

"मग तो कशाला इथे आला आहे?''

"मी कसं सांगणार ते? लग्न तू त्याच्याशी केलं आहेस!''

"त्याला फार काळ गेला नाही. त्याला ती पत्रं मिळाली तर त्याची फत्ते होईल आणि माझी कायमची वाट लागेल.''

"ठीक आहे. आपण पुनश्च आपलं उद्दिष्ट नक्की करू. तुला तुझी पत्रं परत पाहिजे आहेत. मला ते पैसे. चल.''

"जर रैली घरी परत आले असतील तर?''

"मी पुन्हा फोन करून बघतो.'' क्लेने फोन लावला. रिंग वाजत होती, पण कोणी उचलत नव्हते. "मला वाटतं ते दोघं गुन्हेगारांचं निर्दालन करण्यात व्यग्र असावेत.''

"आपल्याला टॅक्सी मिळाली तर बरं होईल.'' लॉरेन कुरकुरत म्हणाली.

पण सिक्स्थ ॲव्हेन्यूवर मिट्ट अंधार होता. एकही वाहन दृष्टिक्षेपात नव्हते.

"कोणत्याही लांबच्या प्रवासाची सुरुवात एका लहानशा पावलाने होत असते." क्ले मोठ्या नाटकी आवाजात म्हणाला आणि त्याने आपला हात मोठ्या अदबीने लॉरेनसमोर धरला, "बाईसाहेब, चला"

## ४१

ट्रिबेकाला जाताना कॉनरॅडने गाडी सेंट्रल पार्क साउथवरून घेतली. ते ट्रीटॉप्स हॉटेलवरून का जात होते ते त्यांच्या मुलीच्या लक्षात आले. सिक्स्थ ॲव्हेन्यूवरून जाताना ॲलेक्सीस एकदम ओरडली, "डॅडी, मला वाटतं ती लॉरेन होती."

"कुठे?" कॉनरॅडने डोके मागे वळवून पाहिले.

"त्या मागच्या कोपऱ्यावर. तिच्याबरोबर एक जण होता. गाडीच्या प्रकाशात एक सेकंदभर दिसले. तसं सांगणं कठीण आहे. पण ते वळले आणि सिक्स्थ ॲव्हेन्युकडे चालत गेले."

"असू शकेल." तिच्याबरोबर कोण असेल याचा विचार करत कॉनरॅड म्हणाला, "ती त्या हॉटेलमध्येच राहते आहे. या अशा वेळी एवढ्या महागड्या हॉटेलमधल्या एसी रूममध्ये झोपून आराम करण्याऐवजी फिरायला बाहेर का पडलीये, ते कळत नाही."

"तुम्ही तिच्या तावडीतून सुटताय ते ऐकून मला खूप बरं वाटलं." ॲलेक्सिस तुच्छतेने म्हणाली.

"लॉरेनविषयी काळजी करण्यात अर्थ नाही. या घटकेला आपल्याला चिप जोन्स जास्त महत्त्वाचा आहे." कॉनरॅड त्याच्या मुलीच्या हातावर थोपटत म्हणाला.

## ४२

रेगनचा फोन ठेवल्यावर डिटेक्टिव्ह मॅकफॅडन चौकशीच्या खोलीत गेला. तिथे पंचविशीतील पॉलेट आपले डोके दोन्ही हातात धरून एका टेबलाकडेला बसली होती. ती अतिशय थकली होती. तिचे मन थाऱ्यावर नव्हते. कृश अंगकाठी, निस्तेज कांती आणि अस्ताव्यस्त वाढलेले भुरे केस.

'त्यांना जेवढी मदत करता येईल तेवढी केली पाहिजे.' तिने स्वत:ला बजावले. मॅकफॅडन जेव्हा चौकशीच्या खोलीत येई तेव्हा ती सावरून बसे आणि जे काही आठवेल ते सांगे.

पॉलेट आणि जॉर्जिना तीन वर्षांपूर्वी अटलांटामध्ये एका रेस्टॉरंटमध्ये वेट्रेस

म्हणून काम करत होत्या तेव्हा त्यांची ओळख झाली. सुरुवातीला सिगारेट ब्रेकमध्ये दोस्ती झाली. खरेदीला आणि नंतर बारमध्ये त्या बरोबर जाऊ लागल्या. एके दिवशी एका मॉलमधून जॉर्जिनाने एक ब्लाऊज चोरला. पॉलेटचा विश्वास बसेना. तेव्हा जॉर्जिनाने अशी उचलेगिरी करणे किती सोपे आहे, ते तिला प्रत्यक्ष करून दाखवले. जेव्हा जॉर्जिनाला सलग तीन-चार दिवस सुटी मिळे तेव्हा ती कुठेतरी एकट्याने गायब होई. पण ती कुठे जायची, काय करायची, हे तिने पॉलेटला कधी सांगितले नव्हते; पण मागच्या वीकएंडला त्या दोघींनी भरपूर उचलेगिरी केली आणि नंतर बारमध्ये भरपूर बिअर ढोसली. नंतर जॉर्जिनाच्या घरामध्ये लुटीची पाहणी करत असताना जॉर्जिनाने आपले डागण्याचे साहित्य दाखवले आणि आपल्या पराक्रमाच्या बढाया मारल्या.

''पण तू ही गोष्ट तेव्हाच पोलिसांना का सांगितली नाहीस?'' मॅकफॅडनने विचारले.

''पहिल्यांदा मला वाटलं की, ती अतिशयोक्ती करत असेल; पण नंतर जेव्हा ॲटलांटामध्ये अशी एक केस घडल्याची बातमी आली तेव्हा मी घाबरले. तेवढ्यात तिची त्या विमा कंपनीत निवड झाली. तेव्हा मला वाटलं नाही की, न्यूयॉर्कमध्ये जाऊन ती असं काही करेल.''

''पोलिसांना फोटोचे पुरावे मिळाले आहेत आणि आता ब्लॅकआउटमध्ये ती एका तरुणाला घेऊन न्यूयॉर्कमध्ये फिरते आहे. त्याचा जीव आता धोक्यात आहे.'' मॅकफॅडनने सांगितले.

''मला माहीत आहे.'' पॉलेट रडवेली झाली, ''मी पोलिसांना वेळीच सावध केलं नाही, ही माझी चूक झाली; पण मी खूप घाबरले होते. ती माझा बदला घेईल, अशी मला भीती वाटत होती.''

''जॉर्जिनाने आणखी काही सांगितलं? तिच्या काही सवयी, खास आवडीनिवडी, तिचे नातेवाईक, मित्रमैत्रिणी वगैरे?''

''खास काही नाही. तिचा पहिला प्रियकर हक. त्याच्यावर तिचं मनापासून प्रेम होतं. ती अगदी झपाटली गेली होती म्हणा ना!'' पॉलेट म्हणाली.

''जॉर्जिनाला तिच्या आजीविषयी खूप वाटायचं, असं का?''

''तिचे वडील ती खूप लहान असताना वारले. तिच्या आईने बऱ्याच जणांशी घरोबा केला आणि दर वेळी त्यांची राहण्याची जागा बदलायची. जॉर्जिनाचे आजी आजोबा न्यूयॉर्कमध्ये राहत असत. ती म्हणायची तिला त्यांच्याकडे जायला खूप आवडायचं; पण तिची आई तिला परवानगी देत नसे. मग तिची आजीच तिला येऊन भेटे. कित्येक वेळा ती तिला तिच्याबरोबर ट्रिपला बाहेर घेऊन जाई. ज्या वेळी तिच्या आजीचा अपघात झाला तेव्हा ती जॉर्जिनाला भेटायला मियामीला

चालली होती. त्या वेळी आत्ताच्यासारखे सेलफोन नव्हते. त्यामुळे जॉर्जिनाला जवळजवळ दिवसभर मियामी विमानतळावर वाट बघत बसावी लागली होती.''

''याचा अर्थ जेव्हा रस्त्यावर अपघात झाला तेव्हा जॉर्जिना मियामीमध्ये होती. म्हणजे अपघात न्यूयॉर्कमध्ये नक्की कुठे झाला हे जॉर्जिनाला कितपत ठाऊक असेल?''

''नाही. तिने माझ्यासमोर आजीचा विषय फक्त एकदाच काढला होता. नंतर तिच्या बोलण्यात आजी हा शब्द कधीच आला नाही; पण ती लोअर ईस्ट साइडला राहत होती, असं ती एकदा म्हणाली होती; पण अपघात कुठे झाला हे तुम्हाला इतकं महत्त्वाचं का वाटतं?''

''बरेच जण अपघातात मृत्यू पावलेल्या आपल्या प्रिय व्यक्तीची आठवण म्हणून अपघाताच्या जागी फुलं ठेवतात. कदाचित जॉर्जिना आपल्या नव्या मित्राला घेऊन तिथे गेली असावी.'' मॅकफॅडनने खुलासा केला.

''मला वाटतं तिचा तो पहिला प्रियकर हक, त्याला ती जागा ठाऊक असण्याची शक्यता आहे.''

''कशावरून?'' मॅकफॅडनने विचारले.

''कारण तो न्यूयॉर्क विमानतळाच्या जवळपासच्या एका भागत वाढला होता आणि त्याने जॉर्जिनाला ती अपघाताची जागा दाखवायचं कबूल केलं होतं.''

''त्याचं पूर्ण नाव तुला माहीत आहे का?''

''हकलबेरी डार्लिंग.''

मॅकफॅडन ताबडतोब बाहेर गेला आणि त्याने रेगनला फोन लावला.

## ४३

मॅकफॅडनने फोन केला तेव्हा रेगनचे शोधपथक पोलीस प्लाझापासून जवळच होते. नशीब बलवत्तर म्हणून जॉर्जिनाला हक डार्लिंगचा पत्ता मिळाला नव्हता आणि तो तिच्या तावडीतून सुटला होता. पण शोधायचे म्हटले असते तर या जगात हकलबेरी डार्लिंग नावाच्या किती व्यक्ती असणार होत्या.

''आपल्याला त्यातील फक्त एकाला शोधायचंय.'' रेगन म्हणाली

तिने फोन ठेवून दिला आणि ताबडतोब गेट्स हॉटेलच्या सुरक्षाप्रमुखाला फोन लावला.

''मी ऐकतेय की, जॉर्जिनाच्या आजीचा अपघात न्यूयॉर्कमध्येच झाला होता.''

''अस्सं? मला माहीत नव्हतं.''

"ती सुट्टीवर चालली होती. न्यूयॉर्क विमानतळावर जाताना टॅक्सीला अपघात झाला. त्यात ती जागच्या जागी ठार झाली. हा अपघात साधारणपणे पंधरा वर्षांपूर्वी झाला असावा. तुम्हाला या आजीचं नाव माहीत आहे का?"

"आम्ही सगळे तिला ॲलिस म्हणायचो; पण ते काही तिचं खरं नाव नव्हतं."

एक क्षणभर रेगनच्या नजरेसमोर मियामी विमानतळावर आपल्या लाडक्या आजीची उत्कंठेने वाट पाहणारी बारा वर्षांची जॉर्जिना आली. ती वाट पाहत असतानाच तिला तिची आजी न्यूयॉर्कमध्ये हायवेवर झालेल्या अपघातात मरण पावल्याची बातमी कळली. त्या लहान मुलीचे भावविश्व कोवळ्या वयात करपून गेले असेल, याची रेगनला थोडीशी कल्पना आली.

"ओ.के. तुम्हाला तिचा अपघात कुठे झाला असावा याचा काही सुगावा लागला तर मला फोन करून कळवा. मला अगदी प्रकर्षाने असं वाटतंय की, ती चिपला घेऊन त्याच जागी जाईल."

रेगनने फोन ठेवला आणि जॅकला फोन केला.

"मी लगेच ऑफिसमध्ये येतेय. मला अटंलांटावरून नवीन माहिती मिळाली आहे. त्याप्रमाणे आपल्याला शोधपथकाची पुनर्रचना करावी लागेल."

" तू येते आहेस म्हणून मी सुरक्षारक्षकाला सांगतो. इकडे वॅली आणि काही लोक आहेत. त्यांनाही या चिप जोन्सला शोधण्यात तुला मदत करायची इच्छा आहे."

पाच मिनिटांत रेगन जॅकच्या ऑफिसात तिच्या पथकातील इतर लोकांसोबत हजर झाली.

बाहेरच्या भागात सर्व डिटेक्टिव्ह आपापल्या टेबलावर बसून काम करत होते.

रेगनने त्यांच्याकडे एक दृष्टिक्षेप टाकून विचारले, "काय, कसं काय चाललं आहे?"

"ओ.के. रेगन. आमच्या सर्व अधिकाऱ्यांना आम्ही चिप जोन्सचा शोध घ्यायला सांगितलं आहे. आमचा पाठपुरावा चालू आहे."

"धन्यवाद!"

दुसऱ्या कोपऱ्यात त्या गॅलरीचे मालक लिओन व झोरा पीटर्स बसले होते. रेगनला बघताच ते उठून उभे राहिले आणि तिचे आभार मानू लागले. त्यांच्या आभारप्रदर्शनातून नम्रपणे सुटका करून घेत ती जॅकच्या टेबलाकडे गेली. त्यांनी एकमेकांच्या डोळ्यांत बघताच त्यांना काय म्हणायचे आहे ते न बोलताच एकमेकांना कळले. पाठोपाठ किट, मेलोनी आणि बिली आले. सर्वांची ओळख करून देताना रेगनने आर्थरशी हस्तांदोलन केले तेव्हा तिला तो खूप अस्वस्थ आहे, असे जाणवले. त्याने नुकताच केलेला पराक्रम त्याच्या देहबोलीत दिसत नव्हता. तो

कदाचित बुजऱ्या स्वभावाचा असावा, असे तिला वाटले. वॅलीमध्ये काहीच फरक नव्हता, फक्त त्याचे नाक सुजले होते.

"काय चालू आहे याची थोडीफार कल्पना तुम्हाला जॅकने दिली असेल." रेगनने सुरुवात केली "सर्व जण चिप जोन्स आणि जॉर्जिनाच्या मागावर शहरभर फिरत आहेत." तिने त्यांना थोडक्यात सर्व पार्श्वभूमी सांगितली.

"आता आपल्याला शहरातल्या तीन प्रमुख एअरपोर्टकडे जाणाऱ्या महामार्गांवर तपास करायचा आहे. बाकीचे गट सेंट्रल पार्क आणि ट्रिबेकामध्ये शोध घेत आहेत. मला आतून असं वाटतंय की, अपघात झाला ती जागा आपल्याला शोधली पाहिजे. त्यासाठी ह्या हक डार्लिंगची काही माहिती मिळते का ते बघू. त्याचा आपल्याला पत्ता लागला तर तो एक चमत्कारच म्हटला पाहिजे."

आर्थरला काही बोलायचे होते, पण भीतीमुळे त्याच्या तोंडातून शब्द फुटेना. जॅक रैलीशी गाठ पडली हे त्याला घाबरायला पुरेसे होते. त्यात आता जिला त्याने गच्चीवर बंद केले होते ती रेगन साक्षात त्याच्यासमोर उभी होती. या प्रकरणात तिला काही मदत केली, तरच त्याला आपल्या गुन्ह्याबद्दल दयेची अपेक्षा करता आली असती.

रेगन त्याच्याकडे बघत म्हणाली, "तुम्हाला काही सांगायचं आहे का?"

"अं अं ... मी संगणकाचं काम करतो."

"आर्थर, त्याचा इथे काही संबंध आहे का?" वॅली वैतागला.

"त्यांना बोलू दे वॅली." रेगन म्हणाली.

"इंटरनेटवर मित्रांचे मित्र नंतर त्यांचे मित्र असं शोधता येईल. मी अशा पद्धतीने कित्येकांचा पत्ता लावलाय. सध्याची सर्च इंजिन्स खूप पॉवरफुल आहेत. मला संगणक मिळाला तर मी प्रयत्न करून बघतो.

"आज तुमचं नशीब जोरदार दिसतंय! अगोदरच तुमच्या हातून वॅली आणि पीटर्स यांना मदत झालीये. तुम्ही माझ्या संगणकावर बसा आणि बघा काही मिळतं का." जॅक आपल्या टेबलावरून उठला आणि त्याने आपला संगणक आर्थरच्या ताब्यात दिला.

"नाव हक डार्लिंग, वय पंचवीस-तीस, राहणार न्यूयॉर्कच्या आसपास?" आर्थरने विचारले.

"बरोबर. हक हा हकलबेरीचा शॉर्टफॉर्म आहे."

"आपल्या दृष्टीने ते चांगलं आहे."

आर्थरची बोटे की बोर्डवर सफाईने फिरू लागली. त्याच्या चेहऱ्यावरचा ताण नाहीसा झाला आणि त्याच्या देहबोलीत आत्मविश्वास दिसू लागला.

रेगन मेलोनीकडे वळून म्हणाली, "जरा डेक्स्टरला फोन करून विचार की, जॉर्जिनाने तिच्या नोकरीच्या अर्जात कॉलेजचं नाव दिलं आहे का. पॉलेटच्या

म्हणण्याप्रमाणे तिने खोटा रेझ्युमी लिहिला आहे; पण ते बहुतेक पहिली नोकरी, अनुभव याविषयी असावं. तिने कॉलेजचं नाव दिलं असण्याची शक्यता तशी कमीच आहे, कारण तिने अर्ध्यावरच सोडलं होतं. पण प्रयत्न करून बघायला हरकत नाही.''

''मी विचारून बघते.'' मेलोनीने ताबडतोब डेक्स्टरला फोन लावला.

ऑफिसच्या भिंतीवर न्यूयॉर्क शहराचा मोठा नकाशा लावला होता. रेगन सगळ्यांना त्या नकाशाकडे घेऊन गेली. तेवढ्यात मेलोनीचा फोन झाला आणि ती रेगनला म्हणाली, ''डेक्स्टर म्हणतोय की, त्याने रेझ्युमी चेक केली नव्हती. ती सगळी रेझ्युमी बनावट आहे. कंपनीचा प्रेसिडेंट त्याच्यावर जाम भडकला आहे.''

''धन्यवाद मेलोनी!'' रेगन म्हणाली. ''आता डेक्स्टरवर स्वत: नोकरीचे अर्ज खरडण्याची पाळी येणार बहुतेक.''

''ओह माय डार्लिंग!'' आर्थर जोरात ओरडला.

''काय झालं?'' रेगनने विचारले.

''हक डार्लिंग न्यूयॉर्कमध्ये राहायला आलेला दिसतो आहे. त्याने ट्वेंटीफोर्थ स्ट्रीट आणि वेस्ट एंड ॲव्हेन्युवर नुकतंच एक घर घेतलं आहे.''

''फोन नंबर मिळाला का?''

''लिस्ट केलेला दिसत नाही.''

''चला, आपण प्रत्यक्ष तिथे जाऊन बघू भेटतो का.'' रेगन जॅककडे बघत म्हणाली.

ताबडतोब जॅकचे ऑफिस रिकामे झाले. ते सर्व जण पोलिसांच्या गाड्यांचे सायरन वाजवत, फ्लॅशलाईट चमकवत मॅनहॅटनच्या अप्पर वेस्ट साइडला निघाले.

## ४४

फिल आणि डोडी एटीएट स्ट्रीटवरून ईस्ट एंड ॲव्हेन्युपर्यंत चालत गेले आणि त्यांनी कार्ल शुर्झ पार्कमध्ये प्रवेश केला. एके काळी हे पार्क न्यूयॉर्कच्या महापौरांच्या अधिकृत निवासस्थानाची राखीव बाग होती. तिथून ईस्ट रिव्हर आणि तिच्यावरील फुलांचे सुंदर दृश्य दिसे. आजूबाजूच्या कॉंक्रीटच्या परिसरातील ते एक चौदा एकरांचे ओॲसिस होते. फिल आणि डोडीने त्या बागेतील सगळे वेडेवाकडे रस्ते विजेरीने धुंडाळून पाहिले. कुत्र्यांना फिरायला घेऊन येणाऱ्या माणसांशिवाय दुसरे कोणीही त्यांना आढळले नाही.

''ते इथे नाहीत.'' फिल म्हणाला, ''आपण सेंट्रल पार्कमध्ये जाऊ. लोनीज बारमध्ये आणखी कोणी असतील तर त्यांना घेऊन जाऊ.''

वाटेत बराच वेळ कोणी बोलले नाही.

''चिपएवढा सभ्य मुलगा दुसरा शोधून मिळणं कठीण आहे. मैत्रिणींच्या बाबतीत तर तो नको इतक्या सभ्यतेने वागतो. अशा मुलावर ती बाई आपला सूड उगवणार आहे, ही कल्पनाच मला सहन होत नाही.''

त्याचा फोन वाजला. फोनवर चिपची बहीण नताली सॅन दिएवरून बोलत होती.

''फिल, काही पत्ता लागला का?''

''नाही नताली. आम्ही सगळे त्याला शोधत आहोत.''

''मला जर एखादं विमान मिळालं असतं तर मी ताबडतोब न्यूयॉर्कला आले असते; पण इतक्या उशिरा एकही फ्लाईट नाही.''

''तुझे आईवडील न्यूयॉर्कला यायला निघाले आहेत.''

''त्यांची मला खूप काळजी वाटते आहे. रस्त्यांवर एवढा मिट्ट काळोख आहे. त्यात अशा मन:स्थितीत गाडी चालवायची....''

''आम्ही सांगितलं होतं येऊ नका म्हणून पण त्यांनी ऐकलंच नाही.''

''मी त्यांना दोष देणार नाही. मी असते तरी असंच वागले असते. मी इंटरनेटवर गुंगीच्या औषधांविषयी माहिती काढली. त्यातली बरीचशी ज्यांना श्वसनसंस्थेचा त्रास आहे, त्यांच्यासाठी धोकादायक असतात. चिपला दम्याचा किती त्रास होतो, ते तुला माहीत आहेच.''

''काळजी करू नकोस. आम्ही त्याला थोड्याच वेळात शोधून काढू. सगळ्या शहरभर पोलीस आणि स्वयंसेवक फिरत आहेत.''

''मधूनमधून फोन करत जा. फोन येण्याची वाट बघत असताना रिंग वाजत नाही, हे किती त्रासदायक असतं! तुला नाही समजणार.''

फोन ठेवल्यावर फिलने डोडीचा हात पकडला आणि म्हणाला, ''आपल्याला घाई केली पाहिजे. मला वाटतं वेळ निघून जाते आहे.''

## ४५

आपले काम सुरू करण्यापूर्वी जॉर्जिनाने आणखी एक सिगारेट ओढायचे ठरवले. तिने चिपला थोपटून पाहिले. त्याने हालचाल केली नाही.

'फारच छान! डाग देताना मध्येच किंचाळून जागा व्हायला नको.'

हायवेवरून गाड्यांचा आवाज ऐकू येत होता. पंधरा वर्षांपूर्वी अशाच एका बेपर्वा ड्रायव्हरचं लक्ष विचलित झालं आणि त्याची गाडी आजीच्या गाडीवर

आदळली. तिची आजी न्यूयॉर्क विमानतळावर जात होती. अपघाताच्या आठवणीने तिचे डोळे पाणावले.

आयुष्यात बऱ्याच गोष्टी अपघाताने होत असतात. जॉर्जिनाने सिगारेट पेटवताना विचार केला. हकची आणि तिच्या रूममेटची ओळखसुद्धा एकदा योगायोगानेच झाली होती आणि ती ओळख झाली नसती तर आज हक या पवित्र जागी तिच्याबरोबर आला असता. तसे त्याने वचन दिले होते.

आता कुठे आहे तो? तिची रूममेट कुठे आहे?

जॉर्जिनाने त्या गवतातून बोटे फिरवली. 'आजीचं रक्त इथंच सांडलं असेल का? तिने याच जागी शेवटचा श्वास घेतला असेल का? पंधरा वर्षांत ते रक्त धूवुन गेलं असेल.'

तिने सिगारेट विझवून तिचे थोटूक लांबवर फेकले.

'चिप, जॉर्जिनाला फसवणाऱ्या मुलांच्या क्लबमध्ये तुझी आता नोंद होईल.' तिने थरथरत्या हाताने तिच्या पर्समधून डाग देण्याची तार काढली.

## ४६

ब्लॅकआउट झाला तेव्हा हक डार्लिंग आणि त्याची नवपरिणीत वधू इझाबेल वॉल स्ट्रीटवर त्यांच्या मित्रांबरोबर होते. ते ज्या रेस्टॉरंटमध्ये जेवत होते तिथे एकदम पार्टीचे वातावरण निर्माण झाले. रेस्टॉरंटच्या मालकाने सर्वांना डेझर्ट फुकट दिले. आइस्क्रीम वितळण्याच्या अगोदर जेवढे खाता येईल तेवढे घ्या खाऊन.

जेवण झाल्यावर ते उशिरा घरी जायला निघाले. इमारतीच्या गॅरेजमध्ये गाडी पार्क करताना हकचा फोन वाजला. त्याची आई न्यूजर्सीवरून बोलत होती.

"हक, आमच्या इकडे दिवे आले आहेत."

"ग्रेट मॉम! आम्ही अजून काळोखातच आहोत. आम्ही आता गाडी पार्क करतोय. अजून आम्हाला बारा जिने चढून वर जायचं आहे."

"त्यात मी उंच टाचांचे बूट घातलेले आहेत." इझाबेल तोंड वाकडं करत म्हणाली.

ती सुंदर होती आणि त्यात श्रीमंत घरातील होती. त्यामुळे तिच्या देखभालीचा खर्चही जास्त होता; पण एकूण सौदा हकच्या फायद्याचा असल्याने त्याला ऐकणे भाग होते.

"तुम्ही अजून गाडीमध्येच बसले आहात तर सरळ इकडेच का येत नाही? मी तुमच्या बेडरूममधला एसी चालू करून ठेवते म्हणजे तुम्ही याल तोपर्यंत अगदी थंडगार होऊन जाईल."

"मॉम थँक्स; पण आता खूप उशीर झालाय. शिवाय उद्या मला ऑफिसमध्ये लवकर जायचं आहे. नोकरी नवी आहे ना!"

"उद्या ब्लॅकआउटमध्ये तुला कामावर जायचंय?"

"त्याचं काही उद्या सकाळ झाल्याशिवाय सांगता येणार नाही."

इझाबेल त्याच्या फोनवर वाकून सासूबाईंना म्हणाली, "मला वाटतं तुमच्याकडे यायला पाहिजे. एवढे सगळे जिने चढून वर जायचं आणि या अंधारात आणि उकाड्यात झोपायचं म्हणजे...."

"हे बघ, आपल्या बायकोच्या सुखासाठी तरी इकडे ये."

हक 'या दोन्हीत कमी त्रासाचे काय' या विचारात पडला. एकीकडे बायकोच्या शिव्या खात बारा जिने चढून उकाड्यात झोपताना हैराण व्हायचे की दुसरीकडे सकाळी न्यूजर्सीवरून ऑफिसला जाताना ट्रॅफिकमध्ये अडकून उशीर झाल्यावर बॉसची नाराजी ओढवून घ्यायची.

"मग?" इझाबेलने त्याच्याकडे पाहत विचारले.

## ४७

क्लेचा फोन वाजला तेव्हा तो लॉरेनबरोबर सिक्स्थ अॅव्हेन्यूवरून जात होता. कोण आहे ते न बघताच त्याने फोन घेतला.

"ए बाबा, तुझी सायकल पंक्चर झाली म्हणून तुझा मूड गेला आहे हे मान्य; पण तू डायनाच्या टॅप शूजचं काय केलंस?"

"तू कशाबद्दल बोलतो आहेस?"

"कशाबद्दल म्हणजे? तिने तिचे टॅप शूज बाथरूममध्ये काढून ठेवले होते. आता ते कुठे गेले?"

"तिथे खूप अंधार आहे. परत एकदा नीट बघ."

"आमचं सगळं बघून झालंय. तू गमंत केली असशील तर हरकत नाही, पण ताबडतोब परत आणून दे. ती खूप बेचैन झाली आहे."

"मला घरी यायला उशीर होईल."

"तुला झालंय तरी काय? अरे, तिने तुझी सायकल घेतली कारण तिला अत्यंत गरज होती. त्या टॅप शूजचा तुला काय उपयोग आहे? तू खूपच ताणतोयस."

"मी ताणत नाहीये." क्ले ओरडला. "माझी सायकल मला विचारल्याशिवाय घेण्याचा हक्क तिला नाही."

"क्ले, मस्करी पुरे झाली. तिला आज रात्री एजंटचा फोन आला. उद्या सकाळी निर्मात्याला पुन्हा एकदा तिला भेटायचं आहे. तेव्हापासून वेड्यासारखं तिने सगळं अपार्टमेंट या काळोखात धुंडाळून पहिलं. ते शूज मिळाल्याशिवाय तिला झोप लागणार नाही."

क्लेने फोन ठेवला. ते पश्चिमेला गेले. समोरून आगीचे बंब सायरन वाजवत आले आणि करकचून ब्रेक लावत ब्लॉकच्या दुसऱ्या टोकाला थांबले. चौथ्या मजल्यावरील एका छोट्या खिडकीतून ज्वाळा येत होत्या. रहिवासी समोरच्या फुटपाथवर उभे होते. हळूहळू गर्दी जमा होत होती.

जवळ ठेवेलेल्या मेणबत्तीमुळे पडदा पेटला होता. रहिवाशांनी त्यांच्या परीने प्रयत्न केला, पण आग त्यांच्या आटोक्यात राहिली नाही आणि ज्वाळा आकाशाला भिडल्या. ती खळबळजनक घटना बघायला लॉरेन आणि क्ले तिथेच उभे राहिले.

लॉरेनच्या शेजारी उभ्या असलेल्या स्त्रीने तिचे लक्ष आपल्याकडे वेधून घेतले. लॉरेनने मान वळवून तिच्याकडे पाहिले.

"मला वाटतं, तुम्हाला मी द डार्केस्ट डेजमध्ये पाहिलंय." ती वृद्ध स्त्री उत्सुकतेने ओरडली. तिने केसांचा मागे बुचडा बांधला होता. अंगात ढगळसा नाइट गाऊन आणि पायात घालायच्या स्लीपर्स होत्या.

लॉरेन हसली.

"त्या मलिकेत मागच्या वर्षी मी एक भूमिका केली होती. त्या वेळी बऱ्याच भागांत मी होते."

"मला माहीत आहे. ती माझी सर्वांत आवडती मालिका होती. तुमची भूमिका खूप चांगली होती. त्यांनी ते पात्र परत आणायला हवं."

"तुम्ही त्या समोरच्या इमारतीत राहता का?" क्लेला लवकरच तिथून सटकायचे होते म्हणून त्याने विषय बदलण्याचा प्रयत्न केला.

"होय." त्या बाईने क्लेला उडवून लावले, "आता आग लवकरच विझेल. आम्ही तळमजल्यावर राहतो. आमच्या घराला काही धक्का लागलेला नाही."

ती बाई लॉरेनकडे परत वळून म्हणाली, "मी निर्मात्यांना पत्र लिहून तुम्हाला त्या मालिकेत परत आणायला सांगणार आहे. तुम्ही ती भूमिका एवढी छान करायचा. तुमचं काम आणि ती भूमिका इतकं जमून गेलं होतं की, अगदी खरंच वाटायचं."

"थँक यू. पण तुम्ही निर्मात्याला पत्र वगैरे काही लिहू नका कारण मी आता एका सिनेमात काम करत आहे."

"कोणता सिनेमा?"

"लॉरेन, आपल्याला आता गेलं पाहिजे" क्लेला आता राहवेना.

"हे कोण आहेत?"

"मीसुद्धा एक अभिनेता आहे."

"मी कधी तुम्हाला पाहिलं नाही."

"ते एक फार मोठे अभिनेते आहेत." लॉरेन म्हणाली, "लवकरच पाहायला मिळेल. आम्ही आता निघतो."

"एक मिनिट, तुमच्याबरोबर मला एक फोटो घ्यायचा आहे."

## ४८

"डॅडी, अजून आपल्याला चिप सापडत नाही. काहीतरी भयंकर घडणार असं मला वाटतंय." ॲलेक्सिस म्हणाली.

"आपण सगळ्यांनी न थकता शोधत राहिलं पाहिजे. कोणालातरी सापडेलच तो!" कॉनरॅड रोल्सरॉईस चालवत वेस्ट साइडला ब्लॉकच्या दुसऱ्या टोकाला जिथे क्रूझ शिप्स नांगरून ठेवलेल्या असतात, तिथून जाताना म्हणाला.

ॲलेक्सिसचा फोन वाजला. तिची आई फोनवर होती, "कुठे आहेस तू? तुझ्या वडलांच्या घरी फोन केला. तू अजून तिकडे पोहोचली का नाहीस?"

"मॉम, इथे काय घडलंय तुला माहीत नाही." ॲलेक्सिसने गेल्या दोन तासांत घडलेल्या गोष्टींचा थोडक्यात वृतान्त सांगितला.

"मी स्पीकर ऑन करते आहे. माझ्याबरोबर डॅडी आणि बेकी आहेत. तिने स्वत: पाहिलं आहे त्या दोघांना."

"ॲलेक्सिस, तुम्ही करत आहात ते ठीक आहे, पण सांभाळून राहा."

"काळजी करू नकोस. एक गोष्ट सांगायची राहिली. आम्ही मगाशी लॉरेनला ट्रीटॉप्स हॉटेल बाहेरच्या रस्त्यावरून जाताना पाहिलं."

कॉनरॅडने ॲलेक्सिसकडे पाहिलं. "हा विषय तुझ्या आईकडे काढायला हवा होता का?"

"डॅडी म्हणतात, मी तुला हे सांगायला नको होतं."

"तुझ्या डॅडींना सांग ज्या अर्थी ती बया त्या महागड्या हॉटेलमध्ये बसून आराम करण्याऐवजी अंधाऱ्या रस्त्यावरून पायी फिरते आहे त्या अर्थी नक्कीच काहीतरी बेत शिजत असणार."

"नक्कीच!"

"जरा डॅडींकडे दे बरं."

"हॅलो डीअर!" कॉनरॅड म्हणाला.

"मला फक्त एवढचं म्हणायचं आहे," पेनी म्हणाली, "तुम्ही त्या बिचाऱ्या तरुण मुलाला मदत करण्यासाठी स्वत: होऊन एवढ्या रात्री निघाले आहात ही फार चांगली गोष्ट आहे; पण स्वत:ची काळजी घ्या. काय होतंय ते मला वरचेवर फोन करून कळवत राहा. तुम्ही जोपर्यंत घरी परतत नाही तोपर्यंत मी झोपणार नाही."

कॉनरॅडला भरून आले.

## ४९

जॅकची गाडी वेस्ट साइड हायवेवरून चालली होती. गाडीतील प्रवाशांची आपापसात चर्चा चालू होती.

"हकचं लग्न झालं असेल का?" रेगन म्हणाली, "आपण आर्थरला विचारायचं विसरलो."

"त्यानं जॉर्जिनाच्या रूममेटबरोबर तर लग्न केलं नसेल?" किट म्हणाली.

"लग्न झालेलं असेल तर घरी सापडण्याची शक्यता जास्त आहे." जॅकने कारण दिले.

सेव्हन्टी सेकंड स्ट्रीटला ते बाहेर पडले आणि वेस्ट एंड ॲव्हेन्युला ते डावीकडे वळले आणि सेव्हन्टी थर्ड आणि सेव्हन्टी फोर्थ स्ट्रीटमधील स्क्वॅब हाउसच्या प्रवेशद्वाराकडे ते आले. इमारतीच्या मागच्या बाजूने रिव्हरसाइड ड्राइव्ह, वेस्ट साइड हायवे, हडसन नदी आणि न्यूजर्सीचे डोंगर दिसत.

रेगन आणि जॅक सर्वात अगोदर गाडीतून उतरले.

चौकीमध्ये दरवान दोन मेणबत्त्या लावून बसला होता. जॅकने आपण कोण आहोत, ते सांगितले आणि त्याचा बॅच दाखवला.

"आम्हाला इथल्या एका रहिवाशाशी काही महत्त्वाचं बोलायचं आहे. हक डार्लिंग. ते घरी आहेत का?"

"तुम्ही नशीबवान आहात. ते आत्ताच घरी आले आहेत. त्यांची बायको त्यांना न्यूजर्सीला जायचा आग्रह करत होती; पण त्यांनी ऐकलं नाही."

"ते कितव्या मजल्यावर राहतात?"

"बाराव्या. डावीकडून पहिला दरवाजा; पण तुम्हा सगळ्यांना मी नाही सोडू शकत."

"समजलं." रेगनचा हात धरून जॅक म्हणाला, "आम्ही दोघंच वर जातो. बाकीचे इथचं थांबतील. जॅक आणि रेगन जिन्यावरून धावतच वर गेले. जॅकने बॅच दाखवल्यावर त्याने दरवाजा उघडून त्यांना घरात घेतले. आत जिकडेतिकडे

मेणबत्त्या लावलेल्या होत्या. हकच्या सोनेरी केसांकडे रेगनचे पटकन लक्ष गेले. एक सुंदर स्त्री त्याच्या मागे उभी होती. खिडकीतून दूरवर न्यूजर्सीतील दिवे लुकलुकत होते.

"इतक्या रात्री तुम्हाला त्रास दिल्याबद्दल माफ करा." जॅकने खुलासा केला, "हॅक डार्लिंग तुम्हीच ना?"

"होय."

"तुम्ही कॉलेजमध्ये असताना जॉर्जिना मॅथसिनला ओळखत होता?"

"कोण ही जॉर्जिना?" बरोबरच्या स्त्रीने पुढे येऊन विचारले.

"ओळखत होतो. थोडे दिवस." तो बायकोकडे दुर्लक्ष करीत म्हणाला.

"ज्या अपघातात तिच्या आजीचा मृत्यू झाला तो नक्की कुठे झाला हे तिने तुम्हाला सांगितलं होतं?"

"अं... हो. तिनं सांगितलं होतं."

"तुम्हाला वाटतं की तिने सांगितलं?" रेगनने विचारले. हा माणूस बघताक्षणी तिला आवडला नव्हता.

"सांगितलं होतं."

"कुठे आहे?" रेगनचा आवाज चढला.

त्याने बैठकीच्या खोलीच्या खिडकीतून दाखवले.

"त्या तिथे वेस्ट साइड हायवेवर सेव्हन्टी स्ट्रीटच्या थोडं उत्तरेला."

"अरे? इथेच आहे?" रेगन आपला विस्मय लपवू शकली नाही.

"मी एकदा ती जागा पाहून आलो होतो. त्या वेळेपासून ही इमारत माझ्या लक्षात होती. मला वाटतं तो अपघात खूप भयंकर होता. जॉर्जिनाबद्दल मला वाईट वाटतं; पण तुम्हाला माहीत आहे का? तिचा स्क्रू थोडा ढिला आहे."

त्या निर्लज्ज माणसाचे बोलणे ऐकायला जॅक आणि रेगन थांबले नाहीत.

## ५०

जॉर्जिना डागण्याची तार गॅस लायटरने तापवत होती. काळ्या रंगाची तार तापून लाल होत होती. तिने तापून लाल झालेल्या अक्षरांकडे पाहिले 'मी साप आहे.'

ती अस्वस्थ आणि बेचैन झाली. तिचा श्वासोच्छ्वास जोरात होऊ लागला. तिच्या छातीत धडधडत होते. आजीच्या अपघाताच्या जागी आल्याने तिचे मानसिक संतुलन बिघडले होते.

जॉर्जिना हातात डागण्याची तार घेऊन चिपच्या उजव्या अंगाला जाऊन तयारीत बसली; पण तेवढ्यात तिच्या लक्षात आले की, चिप डावखुरा होता. 'जो हात नेहमी वापरला जातो त्या हातावर निशाणी केली तर सतत नजरेसमोर येत जाईल.' ती उठून डाव्या अंगाला आली आणि तयारीत बसली.

## ५१

"अपघात वेस्ट साइड हायवेवर या स्क्वॅब हाउसच्या मागच्या बाजूलाच झाला आहे." रेगनने किट, मेलोनी व बिलीला ओरडून सांगितले. जॅक व रेगन मुख्य दरवाजातून धावतच बाहेर पडली.

"त्याच्या घरामधून ती जागा दिसते. " रेगन तिटकाऱ्याने म्हणाली आणि जॅकच्या पाठोपाठ धावत गेली. तिच्या मागोमाग मेलोनीही धावत गेली.

"मी तुला एकटीला सोडणार नाही." बिल किटला म्हणाला.

"माझी काळजी करू नकोस. तू पुढे हो. मी मागून येते." किट त्याला म्हणाली. सेव्हन्टीथर्ड स्ट्रीटवरून सर्व जण रिव्हरसाइड पार्कच्याच दिशेने धावत सुटले. पार्क म्हणजे हडसन नदी आणि रिव्हरसाइड ड्राइव्हमधला चार मैल लांबीचा जमिनीचा निसर्गसुंदर निरुंद पट्टा आहे.

सर्व जण पार्कच्या प्रवेशद्वाराजवळ जिथे एलीनॉर रुझवेल्टचा पुतळा स्वागताला उभा होता तिथे एकत्र झाले.

"एक सेकंद थांबा." जॅकने सूचना दिली, "इथे एवढा काळोख आहे की, विजेरीशिवाय दोन पावलांवरचंसुद्धा दिसणार नाही. तुम्ही जरा पसरा; पण एकमेकांच्या विजेरीचा प्रकाश दिसणार नाही एवढे लांब जाऊ नका. जॉर्जिना जर या पार्कमध्ये असेल तर जवळपासच असेल. तो अपघात इथेच झाला." त्याने विजेरीने बाजूने जाणारा हायवे दाखवला.

आवाज न करता चौघे चार दिशांना पांगले.

'ती अगदी जवळच असली पाहिजे.' रेगन हायवेखालच्या बोगद्याजवळील गवताळ पट्ट्यावरून जाताना विचार करत होती. आजीला जर न्यूयॉर्क एअरपोर्टवर जाताना अपघात झाला तर तिची गाडी बोगद्याला याच बाजूला पडली असण्याची शक्यता होती. ती जॅकला फोन करण्यासाठी वळणार तेवढ्यात एक ऐकू येईल न येईल एवढा बारीक आवाज आला आणि ती चाहूल घेण्यासाठी जागच्या जागी थांबली.

रेगनपासून फक्त काही फुटांवर एका झुडुपाच्यामागे हायवेपर्यंत गेलेल्या

दगडी भिंतीजवळ जॉर्जिना बसली होती. तिने लायटर विझवला आणि तापून लालबुंद झालेल्या तारेकडे पाहिले. चिपचा डावा हात जमिनीवर आडवा पडला होता. जॉर्जिनाने वायर त्याच्या हाताजवळ नेली.

"थांब!" एका स्त्रीच्या दरडावण्याच्या आवाजापाठोपाठ विजेरीचा झोत त्या भयंकर दृश्यावर पडला.

जॉर्जिनाने दचकून प्रकाशाच्या स्रोताकडे पाहिले. दुसऱ्या क्षणी ती चिपकडे वळली; पण आता उशीर झाला होता. रेगनने झटकन तिला मागे खेचले. त्या दोघी खाली जमिनीवर पडल्या. जॉर्जिना रेगनच्या अंगावर आली. जॉर्जिना मोठ्याने किंचाळली. जमिनीवर लोळण घेत तिने रेगनच्या पकडीतून स्वतःला सोडवण्याचा प्रयत्न केला. तिने उजव्या हातात डागणी घट्ट धरून ठेवली होती. जॅकने पुढे येऊन तिच्या उजव्या हातावर पाय ठेवला.

"टाकून दे ते." असे म्हणून जॅकने पाय जोरात दाबला. वेदनेने विव्हळत तिने डागणी हातातून सोडली.

"रेगन, तू ठीक आहेस ना?" जॅकने जॉर्जिनाचा हात खेचून तिला उभे केले. आणि तिच्या हातात हातकड्या अडकवल्या.

"तुला कुठे भाजलं नाही ना?"

"जरासं." रेगन उठली आणि ताबडतोब चिपकडे गेली. तिने त्याला हलवून जागे करण्याचा प्रयत्न केला; पण त्याला जाग येईना म्हणून तिने त्याची नाडी तपासून पाहिली.

"नाडी खूप मंद झाली आहे. रुग्णवाहिका बोलवायला हवी."

"मी मगाशीच बोलवली आहे." किट कुबड्यांच्या आधाराने लंगडत म्हणाली. "ही बघ आलीच!"

रुग्णवाहिकेचा आवाज जवळ जवळ येऊ लागला.

"तू काय पाजलं आहेस त्याला?" जॅकने जॉर्जिनाला दरडावत विचारले.

"आम्ही दोन-तीन ड्रिंक प्यालो असू. दुसरं काही नाही."

रेगनने चिपचा हात हातात घेतला आणि त्याच्या चेहऱ्यावर चापट्या मारत म्हणाली, "कम ऑन चिप, इकडे पुष्कळ लोक जमले आहेत. सगळे तुझी काळजी करताहेत. तुझे आईवडील, बहीण, मित्र फिल आणि आमच्या शोधपथकातले सगळे. तुला शोधण्यासाठी आज रात्री कोण कोण आले आहेत, तू ओळखतही नसशील. त्यांना तुझ्याशी बोलायचं आहे."

रुग्णवाहिका आणि गस्तीच्या गाड्या रिव्हरसाइड ड्राइव्हवर येऊन थांबल्या. परिचारक रुग्णशिबिका घेऊन आले. काय झाले ते रेगन सांगत असेपर्यंत त्यांनी ऑक्सिजन मास्क लावला, प्राथमिक तपासण्या केल्या आणि फ्लुमाझेनीलचे एक

इंजेक्शन दिले. "त्याला इस्पितळात घेऊन जावं लागेल."

"तो यातून बाहेर येईल ना?" रेगनने काळजीने विचारले.

"तिने त्याला क्लोरल हायड्रेट दिलं असेल तर अल्कोहोलबरोबर त्याचा परिणाम खूप वाईट होऊ शकतो; पण तो तरुण आणि मजबूत दिसतोय. लक्षणं ठीक आहेत. त्यामुळे लवकर शुद्धीवर यावा."

रेगनने सुटकेचा नि:श्वास टाकला.

"मी त्याच्या कुटुंबीयांना कळवते. आपण इस्पितळात भेटू."

"येस मॅडम. सेंट ल्युकमध्ये या."

परिचारक त्याला रुग्णवाहिकेतून घेऊन गेले.

जॅकने रेगनला जवळ घेतले. "मला दाखव तुला कुठे भाजलंय ते." त्याने विजेरीचा झोत तिच्या डाव्या हातावर मारला. "रेगन, पहिलंस का किती भाजलंय ते?"

"अरे बापरे!" किट म्हणाली.

"तिने ती डागणी चिपच्या अंगावर फेकली नाही, याबद्दल तिचे आभारच मानायला हवेत."

मेल थंड पाणी आणि बर्फाची पिशवी घेऊन आली. "हे लावा. थोडं बरं वाटेल. रुग्णवाहिकेमधले लोक म्हणाले आम्हाला का सांगितलं नाही."

"मला तपासण्यात त्यांचा वेळ जायला नको आणि खरं सांगायचं म्हणजे तेव्हा मला कळलंच नाही. आता थोडंसं जाणवतंय." रेगन म्हणाली.

जॅकने तिच्या हातावर थंड पाणी ओतलं आणि बर्फाची पिशवी ठेवली.

"आता जरा बरं वाटतंय. मी जॅकसाठी जेवण बनवताना याहून जास्त वाईट भाजलंय." रेगन थट्टेनं म्हणाली. "आठवतंय ना किट?"

"हो तर!" किट हसत म्हणाली.

"माझ्या हातावर त्या डागणीची अक्षरं 'मी साप आहे' नीट उमटली असती तर मात्र नक्कीच खूप त्रास झाला असता. हे बघा, मी ठीक आहे. आता आपल्याला इस्पितळात जायचं आहे आणि नंतर मला महत्त्वाचे फोन करायचे आहोत."

जॉर्जिनाला हातकड्या घालून बाहेर नेत असताना आसपास थोडे लोक जमले. त्या गर्दीतला एक चेहरा तिच्या ओळखीचा होता. त्याला पाहताच तिने तोंड वर करून त्याच्याकडे पाहिले. तिच्या चेहऱ्याचा रंग बदलला.

हक डार्लिंग त्याच्या नवपरिणीत पत्नीला घेऊन उभा होता.

"मला माफ कर जॉर्जिना!" ती जवळ आल्यावर हक म्हणाला, "मला तुला दुखावायचं नव्हतं."

जॉर्जिनाने त्याच्याकडे त्वेषाने पाहिले. बरोबर नेम धरून ती त्याच्या तोंडावर थुंकली. सगळ्या बघ्यांचा श्वास रोखला गेला अन् ती पोलीसगाडीत चढली.

## ५२

"शेवटी एकदाचे आपण येऊन पोहोचलो म्हणायचं." क्ले उपहासाने म्हणाला. "तुझ्या त्या म्हाताऱ्या चाहतीबरोबर इतकी बडबड करण्याची गरज होती का?"

"माझ्या चाहत्यांशी मला उद्धटपणे वागता येत नाही."

"तुला सांगितलं तर आवडणार नाही; पण हे लक्षात असू दे की, ती पत्रं जर मिळाली नाहीत, तर तुझे चाहतेही राहणार नाहीत."

"परत रैलीला फोन करून खात्री करून घेऊ या."

क्लेने फोन लावला.

"फोन उचलत नाही. बहुतेक ते बाहेरगावी गेले असावेत. सोन्याहून पिवळं!"

ते ट्रिबेकाजवळ आले तेव्हा रस्त्यावरच्या दिव्यांची उघडझाप झाली.

"ओह नो!" लॉरेन्स ओरडली.

"रैलीच्या इमारतीत जाताना काळोख असलेला बरा."

क्ले चुटपुटला, "तरी मी तुला सांगत होतो वेळ फुकट घालवू नकोस. फक्त दोन ब्लॉक राहिले आहेत. आपली किल्ली चालली तर बरंच आहे. तुला धावायला जमेल ना?"

"जमेल की."

क्लेने उचलून आणलेले टॅप शूज तिच्या पायाला लागत होते, तरीही तिने त्याच्यामागोमाग धावायला सुरुवात केली.

## ५३

स्यू आणि ख्रिस जोन्स न्यूयॉर्कला येत होते. एकमेकांशी बोलण्याने त्यांची काळजी वाढत होती, तर शांतता असह्य होत होती. मुलगा सुखरूप यावा म्हणून ते प्रार्थना करत होते. मॅसॅच्युसेट्स टर्नपाईकला त्यांच्या फोनची रिंग वाजली. फोनवर रेगन होती. ख्रिसने स्पीकर ऑन केला. स्यूने हाताची घडी घालून डोळेमिटले.

"रेगन?"

"होय. आम्हाला चिप सापडला. तो अजून बेशुद्ध आहे; पण त्याच्या जिवाला धोका नाही."

स्यूने सुटकेचा नि:श्वास सोडला. ख्रिसच्या डोळ्यांत अश्रू तरळले.

स्यूने विचारले, "ओह रेगन, थँक यू. थँक यू. तिने त्याला...."

"तिने त्याला कोणतीही इजा करण्यापूर्वीच आम्ही तिथे जाऊन पोहोचलो."

"देव पावला!" स्यू पुटपुटली.

"चिप आता कुठे आहे?" ख्रिसने विचारले.

"त्याला रुग्णवाहिकेमधून पश्चिम मॅनहॅटनमधल्या सेंट ल्युकमध्ये घेऊन चालले आहेत. ॲमस्टरडॅम ॲव्हेन्यूवर कोलंबस सर्कलच्या दोन ब्लॉक पुढे."

"शक्य होईल तितक्या लवकर आम्ही तिकडे येऊ." ख्रिस म्हणाला, "आणखी काही तास लागतील."

"तुमचा प्रवास व्यवस्थित होवो."

## ५४

जसा वेळ जात होता तसा आर्थर वैतागला. निघण्याच्या पूर्वी पोलीस प्लाझामध्ये झोरा बाथरूमला जाऊन आली. त्यासाठी तिला बराच वेळ लागला.

"या सगळ्या गडबडीत माझं पोट बिघडलं." वॅलीच्या गाडीत बसताना ती म्हणाली.

आर्थरच्या दृष्टीने प्रत्येक मिनिट मोलाचे होते. रेगन आणि जॅक केव्हाच निघून गेले होते. वॅलीची गाडी वेस्ट साइड हायवेवरून सेव्हन्टी सेकन्ड स्ट्रीटच्या एक्झिटजवळ आली तेव्हा रिव्हरसाइड पार्कजवळ बऱ्याच गस्तीच्या गाड्या थांबलेल्या दिसल्या.

"ते बघ." रेगन आणि जॅकच्या दिशेने बोट दाखवत आर्थर ओरडला आणि सीटवर एक गुद्दा मारत म्हणाला, "आपली संधी गेली!"

वॅलीने गाडी थांबवली.

"तो बघ रॉड तिकडे आहे."

"आपलं काय जातंय?" आर्थर धावत रेगनकडे गेला.

"आर्थर!" रेगनने मिठी मारून त्याचे अभिनंदन केले. "थँक गॉड! तुम्हाला हकचा पत्ता मिळाला. जॉर्जिना चिपला घेऊन इथे रिव्हरसाइड पार्कमध्येच होती. आम्ही अगदी वेळेवर जाऊन पोहोचलो. एखादं मिनिट जरी उशीर झाला असता तरी चिपचं जन्माचं नुकसान झालं असतं. तिने त्याला गुंगीचं औषध पाजलं असावं. तो बेशुद्ध होत, पण आता ठीक होईल."

आर्थर आतल्या आत धुमसत होता. 'त्या मूर्ख झोरामुळे. नाहीतर हे श्रेय आपल्यालाच मिळालं असतं.'

"मला खरंच आनंद होतोय की, मी तुम्हाला थोडीतरी मदत करू

शकलो.'' तो पुटपुटला.

''चिपच्या आईवडलांना किती आनंद झाला असेल, याची आपल्याला कल्पना येणार नाही. बिचारे सुटले. फिल इस्पितळात चाललाय. शोधपथकं जिथे तयार केली त्या अप्पर ईस्ट साइडवरच्या लोनीज बारमध्ये उद्या जंगी पार्टी आहे. त्यात तुम्हाला यायला पाहिजे. तुम्ही जे काही केलं त्यासाठी सगळ्यांची तुम्हाला भेटायची इच्छा आहे.''

कॉनरॅड रोल्सराईस घेऊन आला.

जॅक आर्थरच्या पाठीवर थोपटत म्हणाला, ''आर्थर, मला वाटतं तुम्हाला आमच्या नोकरीत घेतलं पाहिजे. तुमच्या हाताला यश दिसतंय.''

''तसं काही नाही.''

''आर्थर, उगाच नम्रपणा दाखवला नाही तरी चालेल.'' रेगन म्हणाली.

''मला एक कबुली द्यायची आहे.''

''कृपा करून इथे नको.'' वॅलीने हळूच सुचवायचा प्रयत्न केला.

रॉडला वाटले, 'याचं काहीतरी लफडं आहे असं जे मला वाटलं होतं ते खरं आहे की काय?'

''मी जर आत्ताच सांगितलं नाही, तर माझ्या मनाला ते खात राहील.''

''तुम्हाला कशाबद्दल सांगायचं आहे?'' रेगनने विचारले.

''आज तुमच्या घरामध्ये शिरलेला माणूस म्हणजे मीच होतो.''

''तुम्ही?''

''खरंच. मीच गच्चीचा दरवाजा लावून घेतला. वॅलीला तुमच्या नव्या घरामध्ये एक गुप्त तिजोरी सापडली होती. त्यात काही मिळतं का ते आम्हाला बघायचं होतं. तुम्हाला त्या तिजोरीची काही कल्पना नसल्याने तुम्हाला त्याचा पत्ता लागणं शक्य नव्हतं. वॅलीच्या म्हणण्याप्रमाणे नूतनीकरण करताना असा एखादा गुप्त खजिना सापडावा असं सर्व कंत्राटदारांचं एक स्वप्न असतं; पण माझ्यासाठी ते एक दुःस्वप्नच ठरलं.''

''काय म्हणता?'' कॉनरॅड ओरडला, ''गुप्त तिजोरी? कुठे?''

''पुढच्या कपाटात.''

''डॅडी!'' ॲलेक्सिस म्हणाली, मी पैजेवर सांगते की, ती लॉरेनने बसवून घेतली असणार. आपण तिला रस्त्यावर पाहिलं तेव्हा ती तिकडेच चालली असेल.''

''आत्ताच तिला तिकडे जायचं काय कारण?'' रेगनने विचारले.

''मी लॉफ्ट विकल्याची बातमी तिला आज रात्री ती लंडनवरून येता येता दिली. गेले तीन महिने ती इंग्लंडमध्ये होती.''

"आणि आपण अजून कुलूप बदललं नाही." जॅक म्हणाला.
ते सगळे आपापल्या गाडीत बसून ट्रिबेकाच्या दिशेने निघाले.

## ५५

लॉरेन आणि क्लेने त्या इमारतीत त्यांच्या किल्लीने दरवाजा उघडून प्रवेश केला. अपार्टमेंटचा दरवाजा दुसऱ्या किल्लीने उघडला गेला, तेव्हाच लॉरेनचे पाय लटपटायला लागले.

"आत चल." आत पाय ठेवताना ती हलक्या आवाजात कुजबुजली.

काळजीपूर्वक पावलं टाकत ते सरळ कपाटापर्यंत गेले. क्लेच्या हातात विजेरी होती. लॉरेनने खाली बसून छुपी फळी काढली आणि सेफचा कोडनंबर दाबला ०१०१ तिची जन्मतारीख. एक जानेवारी बीप आवाज झाल्यावर तिने किल्ली फिरवली.

ती दार उघडत असताना 'शहराच्या कोणत्या भागात आपण घर घ्यावं?' याचा विचार क्ले करत होता.

एका तासात दुसऱ्यांदा रेगन आणि जॅक धावत धावत जिना चढत होते. जॅकने त्यांच्या नव्या घराचा दरवाजा उघडला आणि त्याने विजेरीचा झोत मारला.

खटकन आवाज होऊन कपाटाच्या खोलीचा दरवाजा बंद झाला.

चौफेर नजर टाकत जॅक आत गेला आणि दरवाजाच्या मुठीवर हात ठेवत त्याने बजावले. "हात वर करून बाहेर या."

दरवाजा हळूहळू उघडला. लॉरेन लिली आणि तिचा बंदा भीतीने थरथर कापत उभे होते.

"अरे! ही इकडे आहे!" ॲलेक्सिस आनंदाने ओरडली.

तिने सेलफोन काढून जे चालले होते त्याचे रेकॉर्डिंग करायला सुरुवात केली.

"काय अवतार आहे हिचा! माझ्या आईला बघायला आवडेल."

"बाहेर या!" जॅकने दरडावले.

"त्या तिजोरीत जे आहे ते सगळं माझं आहे" लॉरेन ओरडली, "मी माझ्याच वस्तू परत घ्यायला इथे आले आहे."

"काय चाललंय काय?" क्ले म्हणाला, "लॉरेन, तू इथे राहत नाहीस?" नंतर इतर लोकांकडे वळून म्हणाला, "आम्ही तालमी करण्यासाठी बऱ्याच वेळा

इकडे येतो. आम्ही अभिनेते आहोत.''

"क्ले, तू नट म्हणून अगदी टुकार आहेस. आपण इथे का आलो आहोत ते तुला ठाऊक आहे.''

तो प्रसंग पाहून कॉनरॅडला अत्यानंद झाला.

"लॉरेन, मला तुझी गंमत वाटते. त्या तिजोरीत तू ठेवलंयस तरी काय? माझ्या खात्यातून काढलेल्या पैशातली काही रक्कम?''

"मला फक्त माझी पत्रं परत घ्यायची आहेत.''

"काय?'' क्ले ओरडला.

"मी वाचू नयेत अशी काही पत्रं त्यात आहेत?'' कॉनरॅडने विचारले.

"नाही.''

"आपण एक सौदा करू. ती सगळी पत्रं तू तुझ्याजवळ ठेवून घे; पण एका अटीवर. या घराच्या किमतीतला कोणताही हिस्सा अथवा पोटगी म्हणून एक छदामही तुला मिळणार नाही. आपण ही सर्व पत्रं एका सेफ डिपॉझिट बॉक्समध्ये ठेवू. जर तू तुझा निर्णय बदललास आणि कोर्टात गेलीस, तर मी तो बॉक्स उघडायला मोकळा असेन. अर्थात तुमच्यावर घरफोडीचा आरोप ठेवायचा की नाही हा निर्णय रैलीनी घ्यायचा आहे.''

वॅली, आर्थर, रॉड दरवाजात किट, बिली, मेलोनी, झोरा आणि लिओनबरोबर उभे होते.

रॉड वळून वॅलीला म्हणाला, "माझ्या धंद्याचा सत्यनाश केल्याबद्दल मी तुझा आणि तुझ्या मित्राचा आभारी आहे.''

"पण त्यानेच मला माझा सत्यनाश होण्यापासून वाचवलं.'' कॉनरॅड हसत म्हणाला. "तुला भरपूर काम मिळेल याची हमी मी घेतो. यांना वकील वगैरे लागला तर त्याचाही खर्च मी करीन. मुळात जर आर्थरने कबुली दिली नसती तर आपण इथे लॉरेनचं भांडं फोडायला कशाला आलो असतो?''

"आणि आर्थर नसता तर आम्हाला आमची शिल्पं परत मिळालीच नसती.'' झोरा म्हणाली.

क्षणभर कोणीही काही बोलले नाही.

"आर्थर, ती स्टनगन तुमची होती?'' रेगनने विचारले.

"होय. मी तिचा उपयोग तुमच्यावर कधीही केला नसता. तुमच्यावर सोडा, पण इतर कोणावरही वापरण्याची हिंमत माझ्यात आहे, असं मला वाटत नाही. मी कुठून ती स्टनगन घेण्याच्या फंदात पडलो असं झालंय; पण ती मी घेतली ती मात्र कायदेशीर मार्गानं.''

# ५६

चिपचे आईवडील इस्पितळात येईपर्यंत उजाडले होते.

"चिप कुठे आहे?"

"तुमची वाट बघतोय. माझ्याबरोबर या." परिचारक हसत म्हणाला.

स्यू आणि ख्रिस एकमेकांचा हात धरून अतिदक्षता विभागात गेले. परिचारक शेवटी थांबला आणि त्याने पडदा बाजूला केला. चिपच्या पलंगाजवळच्या खुर्चीवर फिल गाढ झोपी गेला होता.

चिप अंमळ हसला आणि फिलकडे बोट दाखवत म्हणाला, "याच्या हिमतीची कमाल आहे."

त्या दोघांचे डोळे अश्रूंनी भरून आले. त्यांनी हसून एकमेकांना गाढ आलिंगन दिले. तसे आलिंगन त्यांनी यापूर्वी एकमेकांना कधीच दिले नव्हते.

१५ जुलै, सायं. ९ वा.

## ५७

दुसऱ्या दिवशी रात्री लोनीजमध्ये जंगी पार्टी झाली. न्यूयॉर्क शहराचा विद्युत पुरवठा पूर्ववत झाला. चिप त्याचे कुटुंबीय आणि मित्रमैत्रीणींमध्ये परतला. ती रात्र त्याच्या कायम लक्षात राहणार होती. त्याची बहीण कॅलिफोर्नियाहून पहिले विमान पकडून न्यूयॉर्कला आली होती.

"विमान मिळालं नसतं तर मी चालतसुद्धा आले असते." ती रेगनला म्हणाली. "तुझे आभार कसे मानावे कळत नाही."

"अगं नताली, फक्त माझ्यामुळे तुझा भाऊ सापडला असं काही नाही. किती तरी लोक तुझ्या भावाला शोधत होते." रेगन बार मधल्या गर्दीवर नजर फिरवत म्हणाली.

कॉनरॅड त्याची माजी पत्नी पेनीच्या जवळ तिच्या खुर्चीच्या पाठीवर हात ठेवून उभा होता. ॲलेक्सीसचा उत्साह उतू जात होता. "मी माझ्या वाढदिवसाला सगळ्यांना बोलावणार आहे. डॅड विसरायचं नाही हां! पार्टी या पुढच्या शनिवारी आहे."

"अर्थात, मी कसा विसरेन. जमलं तर मी आजच तुझ्या आई बरोबर घरी येतो. आणि मग आपण सगळा बेत पक्का करू या." माजी पत्नीच्या खांद्याला हलकेच स्पर्श करीत त्याने सूचना केली.

पेनी तिच्या ग्लासातील पेय पीत म्हणाली, "मी तुझी मदत घेतली, तर माझ्या मैत्रिणी माझ्याशी कधीच बोलणार नाहीत."

"गेल्या उडत." कॉनरॅडने खाली वाकून तिच्या गालाचे हळूच चुंबन घेतले.

नजरेच्या कोपऱ्यात ती हळूच हसली.

अशक्य असं काही नसतं. कॉनरॅडच्या मनात आशेचा किरण लुकलुकला.

किट आणि बिली बार स्टूलवर शेजारी बसले होते. एकमेकांची ओळख करून घ्यायला त्या दोघांना शेवटी एकदाचा वेळ मिळालेला दिसत होता. डोडीच्या कंबरेभोवती फिलच्या हाताचा विळखा होता. जोड्या किती शोभून दिसतायत,

रेगनच्या मनात विचार आला. आपल्याला न्यूयॉर्कला यायचंय असं मेलनी सगळ्यांना सांगत सुटली होती. बेकी हातातील पेला उंचावत चिपचे 'स्टँड अप कॉमेडी'मधील आगमन साजरे करत होता. लॅरीने त्याच्यासाठी एक चांगली रूम सज्ज करून ठेवली होती. चिप आणि त्याच्या आई-वडिलांनी आनंदाने त्यांचे पेले उंचावले. नोरा आणि ल्यूक लॉस एंजल्सवरून दुपारीच आले होते. ''रेगन, एवढ्या सगळ्या गदारोळात आम्ही नव्हतो, आम्हाला खरं वाटत नाही,'' नोरा म्हणाली. ''त्यातल्या त्यात आम्हाला हा आनंद सोहळा साजरा करायला मिळतोय हे कमी नाही.''

रॉड, वॅली आणि आर्थर एका कोपऱ्यातील टेबलावर झोरा आणि लिओनला चिकटले होते. झोराच्या बोलण्याने त्यांचे कान किटले होते. ''हे बघ आर्थर, ते कांचशिल्प चोरणाऱ्या चोराला पकडू शकेल असा कोण असलाच, तर तो तूच आहेस. माझी खात्री आहे. तू यात थोडं जरी लक्ष घातलंस....''

जॅकने रेगनकडे हसून पाहिलं. ''हनी, आपल्या घरात घुसणाऱ्या त्या दोघांना मी असंच सोडून देतोय, हे माझं मलाच पटत नाहीये.''

''पण जॅक'', रेगनचे डोळे मिश्कीलीने चमकले. ''ज्यांच्या घराच्या रिनोव्हेशनचे काम ठरल्याप्रमाणे वेळेवर पूर्ण झाले आहे, असे इतिहासात आपण पहिलेच असू.'' तिने वॅली आणि रॉडकडे एक दृष्टिक्षेप टाकला. ते किंचीत दुःखी दिसत होते. ''माझी खात्री आहे कदाचित ते वेळेच्या आधीही पूर्ण होऊ शकलं असतं.''

जॅक हसत-हसत किंचीत वाकला आणि त्याने तिचे चुंबन घेतलं. ''रेगन, तू माझ्या बरोबर असशील तर आपण कुठे आणि कसे राहतो याची मला फिकीर नाही.''

❖

www.ingramcontent.com/pod-product-compliance
Lightning Source LLC
LaVergne TN
LVHW041719260325
806961LV00007B/128

* 9 7 8 8 1 8 4 9 8 4 0 3 3 *